സ്നേഹത്തിന്റെ പ്രസക്തിയും സൈദ്ധാന്തികതയും

Bodhi Books
Nedumpana PO, Kannanalloor
Kollam - 691576, Kerala, India
E-mail: bodhibooks03@gmail.com
Tel: +91 9447304886

SNEHATHINTE PRASAKTHIYUM SAITHANDIKATHAYUM
By Pathiyoor Viswan
Views, Thoughts / Malayalam

First Published: April, 2025
Second Impression: November, 2025

Typesetting: Asha Haridas
Cover & Book Design:
Chembarathi Creatives

ISBN: 978-81-19770-07-6

Price **Rs. 170**
Production No. B-B-198-2-100-11-25

Printed and bound in India by
Manipal Technologies

സ്നേഹത്തിന്റെ പ്രസക്തിയും സൈദ്ധാന്തികതയും

പത്തിയൂർ വിശ്വൻ

ബോധി ബുക്സ്
കൊല്ലം - 691 576

പത്തിയൂർ വിശ്വൻ

ആലപ്പുഴ ജില്ലയിൽ കായംകുളത്തിനടുത്ത് പത്തിയൂരിൽ ജനനം. കാട്ടുപറമ്പിൽ വാസു, ലക്ഷ്മിക്കുട്ടി എന്നിവർ മാതാപിതാക്കൾ.

പത്തിയൂർ പടിഞ്ഞാറ് എസ്.കെ.വി.എൽ.പി. (തൂണേത്ത്) സ്കൂൾ, പത്തിയൂർ പഞ്ചായത്ത് ഹൈസ്കൂൾ, കായംകുളം വിഠോബഹൈ സ്കൂൾ എന്നിവിടങ്ങളിൽ വിദ്യാഭ്യാസം.

1967-ൽ നടന്ന നക്സൽ ബാരിയിലെ 'വസന്തത്തിലെ ഇടിമുഴക്കത്തിൽ' സ്കൂൾ ജീവിതകാലത്തുതന്നെ ആകൃഷ്ടനായി. അടിയന്തിരാവസ്ഥയ്ക്കെതിരെ, 'അടിയന്തരവും അറസ്റ്റുമല്ല, ഭക്ഷണവും തൊഴിലുമാണാവശ്യം' എന്ന പോസ്റ്റർ പതിച്ചു. അതിന്റെ പേരിൽ അറസ്റ്റു ചെയ്യപ്പെട്ടു ലോക്കപ്പിലായി. പ്രധാനമന്ത്രി ഇന്ദിരാഗാന്ധിയുടെ കേരള സന്ദർശനത്തിനു മുന്നോടിയായിരുന്നു ഈ അറസ്റ്റും ലോക്കപ്പ് വാസവും. തുടർന്ന് ക്രൈംബ്രാഞ്ചിന്റെ ചോദ്യം ചെയ്യലിനും വിധേയമായി.

പത്തുവർഷം അടഞ്ഞു കിടന്നതുമൂലം പല കെട്ടിടങ്ങളും നഷ്ടപ്പെട്ട്, ഇനി ഒരിക്കലും തുറന്നു പ്രവർത്തിക്കാനിടയില്ലെന്നു കരുതിയ പത്തിയൂർ - എരുവ കശുവണ്ടി ഫാക്ടറികൾ തുറപ്പിക്കുന്നതിനായി ട്രേഡ്യൂണിയൻ നേതാക്കളുടെ അനിഷ്ടം സമ്പാദിച്ച്, എരുവ പടിഞ്ഞാറ് പീടികപ്പറമ്പിൽ കുട്ടിയമ്മ, പീടികപ്പറമ്പിൽ ഭാരതി, മേക്കാട്ടു മണി, പുത്തൻപുരയ്ക്കൽ നന്ദിനി എന്നീ തൊഴിലാളികളുടെ പേരിൽ നോട്ടീസിറക്കിയും മറ്റും നടത്തിയ ഒറ്റയാൾ പ്രവർത്തനങ്ങൾ ശ്രദ്ധേയമായി. തച്ചടി പ്രഭാകരൻ ധനകാര്യമന്ത്രിയായപ്പോൾ ഫാക്ടറികൾ ഏറ്റെടുക്കാൻ ഗവണ്മെന്റിനെ നിർബന്ധിതരാക്കും വിധം ജനകീയാഭിപ്രായങ്ങൾ സ്വരൂപിക്കുന്നതിൽ മുഖ്യപങ്കു വഹിച്ചു. കാപെക്സിന്റെ പത്തിയൂർ ഫാക്ടറിയിൽ തൊഴിലാളിയായി സേവനം അനുഷ്ടിച്ചു.

രാഷ്ട്രീയ സാമൂഹിക സാംസ്കാരിക വിദ്യാഭ്യാസ പ്രവർത്തകൻ.

കൃതികൾ

- കശുവണ്ടിവ്യവസായമേഖല നേരിടുന്ന വെല്ലുവിളികളും ആഗോളവത്കരണവും
- സാമൂഹ്യ വികാസത്തിൽ പത്തിയൂരിന്റെ ചരിത്രപരമായ പങ്ക്.
- പത്തിയൂർ ഇന്നലെകളും ഇന്നും
- കശുവണ്ടി വ്യവസായത്തിന്റെ ആരംഭവും വളർച്ചയും
- പത്തിയൂർ ഗ്രാമചരിത്രം
- ആത്മീയതയും വൈരുദ്ധ്യാധിഷ്ഠിത ഭൗതികവാദവും നവോത്ഥാനവും

ഭാര്യ - മണി. മകൾ - വീണ

വിലാസം - കാട്ടുപറമ്പിൽ, കരീലക്കുളങ്ങര പി.ഒ., 690 572.
ഫോൺ: 9605359012

പ്രസാധകക്കുറിപ്പ്

മാർക്സിസ്റ്റ് സൗന്ദര്യ ശാസ്ത്രത്തിന്റെയും സാമൂഹിക വീക്ഷണത്തിന്റെയും മാനദണ്ഡങ്ങൾ ഉപയോഗിച്ച് എഴുതപ്പെട്ട നാൽപ്പതു രചനകളാണ് 'സ്നേഹത്തിന്റെ പ്രസക്തിയും സൈദ്ധാന്തികതയും' എന്ന ഈ പുസ്തകത്തിന്റെ ഉള്ളടക്കം. ലേഖനങ്ങളും കുറിപ്പുകളുമുണ്ടിതിൽ. പത്തിയൂർ വിശ്വൻ ആണ് രചയിതാവ്. കഴിഞ്ഞ ഏതാനും വർഷങ്ങൾക്കിടയിൽ എഴുതിയവയാണവ. മാനവികതയുടെ പക്ഷം ചേർന്ന് സാമൂഹിക മാധ്യമങ്ങളിൽ അദ്ദേഹം നടത്തിയ ഇടപെടലുകളുടെ നേർചിത്രം കൂടിയാണിത്. ഓരോ രചനയിലൂടെയും പുതിയൊരാശയം, കാഴ്ച, അനുഭവം - ഏതെങ്കിലുമൊന്ന് വായനക്കാർക്കു മുന്നിൽ വെയ്ക്കാൻ അദ്ദേഹം ശ്രദ്ധിക്കുന്നു. മനുഷ്യനെ ജാഗ്രതപ്പെടുത്തുന്ന ഉൾക്കരുത്ത് രചനകളെ ഊർജ്ജസ്വലമാക്കുന്നു. നിശബ്ദനായിരിക്കാൻ നമുക്ക് അവകാശമില്ലെന്ന് പുസ്തകം പ്രഖ്യാപിക്കുന്നു. വിചാരശീലരായ വായനക്കാർക്കുമുന്നിൽ ബോധി ബുക്സ് വിനയത്തോടെ പുസ്തകം സമർപ്പിക്കുന്നു.

വാക്ക്

വാക്കുകൾക്ക് തോക്കുകളേക്കാൾ ശക്തിയുണ്ട്. തോക്കുകളുള്ള ഭരണവർഗ്ഗം എല്ലാക്കാലത്തും വാക്കുകളെ ഭയന്നിരുന്നു. പ്രതികരിച്ച എത്രയോ പുരോഗമനവാദികളെ അവർ കൊന്നു. റഷ്യൻ ചക്രവർത്തി നിക്കോളാസ് രണ്ടാമനെതിരെ ജനരോക്ഷം ഉയർന്നപ്പോൾ സാഹിത്യകാരാനായ ലിയോ ടോൾസ്റ്റോയി ജനങ്ങൾക്കൊപ്പം ചേർന്നു. ഇതോടെ തന്റെ പുസ്തകങ്ങൾ ക്രുദ്ധനായ ചക്രവർത്തി നിരോധിച്ചെങ്കിലും "എനിക്ക് മിണ്ടാതിരിക്കാൻ വയ്യാ" എന്ന ലേഖനം അദ്ദേഹം വിണ്ടും എഴുതിയതിന്നും നമ്മെ ആവേശം കൊള്ളിക്കുന്നു. ബുദ്ധനും ഗാന്ധിജിയും പിറന്നൊരു നാട്ടിൽ അക്രമവും അടിച്ചമർത്തലും സ്ത്രീപീഢനവും ജനാധിപത്യ വിരുദ്ധതയും വർദ്ധിച്ചുകൊണ്ടിരിക്കുമ്പോൾ ആർക്കാണ് മിണ്ടാതിരിക്കാൻ കഴിയുക? ഇത്തരം സംഭവങ്ങൾക്കെതിരെ പ്രവർത്തിക്കുകയോ പ്രതികരിക്കുകയോ ചെയ്യുന്നത് ഏതൊരാളിന്റെയും കടമയാണ്. ഓരോ പ്രതികരണവും അടിമത്തമനസിൽ നിന്നുള്ള സ്വയം സ്വാതന്ത്ര്യം നേടൽ കൂടിയാണ്.

ഞാൻ ഫെയ്സ് ബുക്കിൽ കുറിച്ച ഏതാനും പ്രതികരണങ്ങളാണ് ഈ പുസ്തകത്തിലുള്ളത്. ഇതിൽ ചിലതിനോട് കൂട്ടിച്ചേർത്തിട്ടുമുണ്ട്, ഒപ്പം ഞാൻ എരുവ നളന്ദയുടെ സ്നേഹ സംഗമത്തിൽ വിഷയം അവതരിപ്പിച്ചു കൊണ്ട് നടത്തിയ പ്രസംഗവും, സ:വി.പി. ഭാസ്കരന്റെ "അകം പുറം" പുസ്കത്തിനെഴുതിയ അവതാരികയും, കൂടാതെ ഇന്നു വളർന്നുകൊണ്ടിരിക്കുന്ന ആർട്ടിഫിഷ്യൽ ഇന്റലിജൻസ് (നിർമ്മിത ബുദ്ധി) യോടുള്ള വർഗ്ഗ കാഴ്ച പാടും ഇതിൽ ഉൾപ്പെടുത്തിയിരിക്കുന്നു. എത്രപേർക്ക് സ്വീകാര്യമാകുമെന്ന് നോക്കിയിട്ടല്ല ഈ പുസ്തകവും എഴുതിയിരിട്ടുള്ളത്. എങ്കിലും കഴിഞ്ഞ പുസ്തകങ്ങളെപ്പോലെ എല്ലാവർക്കും ഈ പുസ്തകവും സ്വീകാര്യമാകുമെന്നും ചർച്ച ചെയ്യുമെന്നും പ്രതീക്ഷിക്കുന്നു.

പത്തിയൂർ വിശ്വൻ

ഉള്ളടക്കം

സ്നേഹത്തിന്റെ പ്രസക്തിയും സൈദ്ധാന്തികതയും

സ്നേഹിതരേ,

നമ്മുടെ വ്യക്തി ജീവിതത്തിൽ, കുടുംബത്തിൽ അയൽബന്ധങ്ങളിൽ, സമൂഹത്തിലാകെയും സ്നേഹത്താലുള്ള ഐക്യപ്പെടലിന്റെ ആവശ്യവും ഒപ്പം എന്താണ് സ്നേഹം എന്നും ചർച്ച ചെയ്യാനാണീസ്നേഹസംഗമം കൊണ്ട് ഉദ്ദേശിക്കുന്നത്.

കടലോളം സ്നേഹമെന്നൊരു നാട്ടുചൊല്ലുണ്ട്. അത്രത്തോളം പരപ്പും ആഴവും സ്നേഹത്തിനുണ്ടെന്നർത്ഥം. സ്നേഹത്തെപ്പറ്റി ഇങ്ങനെ പറയുന്നുണ്ടെങ്കിലും സമൂഹം ഈ വിഷയത്തെ അത്ര ഗൗരവമുള്ളതായിക്കണ്ടു ചർച്ചചെയ്യുന്നില്ല. ഇങ്ങനെ നാം ഗൗരവമായി ചർച്ച ചെയ്യാത്തതിന്റെ ദൂഷിതഫലം സമൂഹം ഇന്ന് അനുഭവിച്ചുകൊണ്ടിരിക്കുന്നു. വലിയ പ്രതീക്ഷയോടെ തുടങ്ങി ഒത്തിരി ഒത്തിരി മോഹങ്ങൾ തളിരിട്ട് അവസാനം നിരാശ ബാധിച്ച് മാനസിക രോഗിയോ അല്ലങ്കിൽ സ്വയം ചാവുകയോ മറ്റുള്ളവരെ കൊല്ലുകയോ ചെയ്യുമ്പോൾ സ്നേഹം ഗൗരവമുള്ളതായി മാറുന്നു.

നമ്മുടെ സമൂഹത്തിൽ നിത്യപട്ടിണി കുറവാണെങ്കിലും സ്നേഹത്തിന്റെ പട്ടിണി അനുഭവിക്കുന്നവരേറെയുണ്ട്. മക്കളിൽ നിന്ന് സ്നേഹം ലഭിക്കുന്നില്ലന്ന് പറഞ്ഞ് വിഷമിക്കുന്ന അച്ഛനമ്മമാർ, സഹോദരങ്ങൾ തമ്മിലുള്ള സ്നേഹം നഷ്ടപ്പെട്ടവർ, അയൽ സ്നേഹം ഇല്ലന്നുപറയുന്നവർ, ഭർത്താവിൽ നിന്നും ഭാര്യയ്ക്കും ഭാര്യയിൽ നിന്നും ഭർത്താവിനും സ്നേഹം ലഭിക്കുന്നില്ലെന്നു പറഞ്ഞ് കാമുകിയേ തേടിപ്പോകുന്ന ഭർത്താവ്, നേരെതിരിച്ചും, ഇനിയെങ്ങനെ സ്നേഹിക്കണമെന്ന് ചോദിച്ച് നെടുവീർപ്പെടുന്നവർ, സ്നേഹത്തിന്റെ നിത്യവസന്തത്തിന്റെ കൽക്കണ്ടക്കനി നുണഞ്ഞ് ജീവിതം ആസ്വദിച്ച് കഴിയുന്നവർ. ഇങ്ങനെ സ്നേഹത്തിന്റെ വ്യത്യസ്താനുഭവങ്ങൾ ഉൾക്കൊള്ളുന്നതാണീസമൂഹം.

മനുഷ്യ അസ്തിത്വത്തിന്റെ അടിസ്ഥാനം സ്നേഹമാണ്. മനുഷ്യന്റെ സ്നേഹത്താലുള്ള കൂടിച്ചേരലാണ് സമൂഹം. സമൂഹത്തോട് കൂടിച്ചേർന്നുപോകാത്തവർ ഒറ്റപ്പെടുന്നു. ഇതൊക്കെയാണെങ്കിലും സ്നേഹിക്കാൻ പറ്റിയ ഒരാളിനെ കണ്ടുപിടിക്കാൻ വളരെ പ്രയാസമാണ്. ഇതിന്റെ കാരണം ഏതൊരാളും ആ ആളും ഒപ്പം മറ്റൊരാളും കൂടിയാണ്. മുൻകൂട്ടി ചിട്ടപ്പെടുത്തി പറഞ്ഞും പെരുമാറിയും വരുന്ന ഈ മറ്റൊരാളിനെ തിരിച്ചറിയുമ്പോഴേക്കും നാം വഞ്ചിതരാകുന്നു. ഇങ്ങനെ നാം സ്നേഹിച്ചവരാൽ വഞ്ചിക്കപ്പെടുമ്പോൾ

നമ്മുടെ മനസ്സിലൊരു ചോദ്യമുണ്ടാകുന്നു. സ്നേഹമെന്നപദത്തിനെന്തർത്ഥം?.

സ്നേഹം മനുഷ്യനിലെ സജീവമായൊരു ശക്തിയാണ്. അതു മനുഷ്യനിലെ നൈസർഗ്ഗികമായ ഒന്നാണ്. ഒരു വ്യക്തിയുടെ സൗന്ദര്യത്തിലോ വ്യക്തിത്വത്തിലോ ആശയങ്ങളാലോ മറ്റൊരാളിന്റെ മനസിൽ ആകർഷം ഉണ്ടാകുകയും അതിന്റെ ഫലമായി ആ ആളിന്റെ മനസിലുണ്ടാകുന്ന താല്പര്യം വർദ്ധിച്ച് എപ്പോഴും കാണണമെന്നും അരികിലുണ്ടാകണമെന്നും അങ്ങനെ കണ്ടുകണ്ടുരിക്കണമെന്നും സംസാരിക്കണമെന്നൊക്കെയുള്ള മോഹം ഉണ്ടാകുന്നു. ഇതിന്റെ ഒരു പ്രക്രിയ ഇങ്ങനെയാണ് വളരുന്നത്. ഇങ്ങനെ വസ്തുവും തലച്ചോറും മനസ്സുമായി ബന്ധപ്പെട്ട് മധുരാദ്രമായുണ്ടാകുന്ന ആനന്ദാനുഭൂതിയായ ഈ സ്നേഹത്തെപ്പറ്റി ഇന്നും പൂർണമായും പഠിച്ചുതീർന്നിട്ടില്ല. തീവ്രമായ സ്നേഹത്തിന്റെ മറുവശം അതിതീവ്രദുഃഖമാണ്.

സ്നേഹം മനുഷ്യനിൽ മാത്രമല്ല, മൃഗങ്ങളിലും പക്ഷികളിലുമെല്ലാം ഉണ്ട്. എന്നാലത് മനുഷ്യരെപ്പോലെ പ്രകടിപ്പിക്കാറില്ല. തമസാനദിയൽ കുളിക്കാൻ പോയ വാല്മീകി കൊക്കുരുമി ഇരിക്കുന്ന രണ്ടുകിളികളിൽ ആൺകിളിയെ ലക്ഷ്യമാക്കി ഒരു വേടൻ വില്ലുകുലച്ചു നിൽക്കുന്നതാണ് കണ്ടത്. വാല്മീകി "മാനിഷാദ " എന്നു പറഞ്ഞപ്പോഴേക്കും വേടന്റെ അമ്പുകൊണ്ട് പക്ഷി നിലം പതിച്ചു. രക്തത്തിൽ ചിറകടിച്ചുകിടന്ന ആൺ പക്ഷിയേയും അതിനരികിൽ വിലപിക്കുന്ന പെൺപക്ഷിയേയും കണ്ട് വാല്മീകിയുടെ ഹൃദയം നൊമ്പരപ്പെട്ടു." മാനിഷാദ "എന്നു തുടങ്ങുന്ന വാല്മീകിയുടെ ശോകശ്ലോകം ഈ ഹൃദയ സ്പർക്കിൽ നിന്നും ഉണ്ടായതാണ്. ഇതിനെ തുടർന്നാണ് വാല്മീകി ആരെയും ദുഃഖിപ്പിക്കുന്ന രാമായണം എഴുതിയത്. ഇത്തരത്തിൽ ആദ്യ കാവ്യം മുതൽ ഇന്നേവരെയുള്ള മഹാകാവ്യങ്ങളിലും കഥകളിലും നാടകങ്ങളിലും നാടൻപാട്ടുകളിലുൾപ്പെടെ മനുഷ്യജീവിതത്തിലെ ഊഷ്മള വികാരമായ സ്നേഹത്തെ വർണിക്കാത്ത ഒറു സാഹിത്യ സൃഷ്ടിയും ഉണ്ടായിട്ടില്ല.

"സ്നേഹമാണഖില സാരമൂഴിയിൽ"എന്നാണ് കവിവചനം "സ്നേഹിക്കുകയില്ല ഞാൻ നോവുമാത്മാവിനെ സ്നേഹിച്ചിടാത്തൊരു തത്വശാസ്തത്തെയും " എന്ന് വയലാറും; സ്നേഹ നിരാശയിൽ "കപട ലോകത്തിലാത്മാർത്ഥമായൊരു ഹൃദയമുണ്ടായതാണെൻ പരാജയം" എന്ന് ചങ്ങമ്പുഴയും എഴുതി. അങ്ങനെ മറ്റു പല കവികളും സ്നേഹത്തെപ്പറ്റി എഴുതിയിട്ടുണ്ട്.

ഇത്തരത്തിലുള്ള താത്വികവും വൈജ്ഞാനികവുമായ വിഷയത്തിലേക്ക് പോകാതെ നമ്മുടെ വീട്ടിലും നാട്ടിലുമൊക്കെയുള്ള

ചില കൊച്ചു കൊച്ചു വിഷയങ്ങളുമായി ബന്ധപ്പെട്ട് നമുക്ക് സ്നേഹത്തെ പരിശോധിക്കാം.

ഇഷ്ടത്തിനും പ്രേമത്തിനും സ്നേഹത്തിനും ഒരേ അർത്ഥമാണുള്ളത്. എന്നാലീ പദങ്ങൾ വ്യത്യസ്തമായാണ് ഉപയോഗിക്കുന്നത്. പൂവിനോടുള്ളത് ഇഷ്ടമാണ്. അമ്മയോടുള്ളത് സ്നേഹവും, കാമുകീകാമുകന്മാർ തമ്മിലുള്ളത് പ്രേമവും ആകുന്നു. അമ്മയെ പ്രേമിക്കുന്നു എന്ന് ആരും പറയില്ല. യൗവന വസന്തത്തിന്റെ സൗഭാഗ്യങ്ങൾ ഹൃദയങ്ങളിൽ പൂത്തുലയുന്ന കാമുകി കാമുക ബന്ധത്തിലെ കാമോദ്ദീപകവും മധുരതവവുമായ അനുഭൂതിയാണ് പ്രേമത്തിനുള്ളത്. അമ്മയുടേതാകട്ടെ ആർദ്രവും വാത്സല്യമുള്ളതും നിരുപാധികവുമായ സ്നേഹമാണ്. പ്രേമിക്കുന്നവർക്ക് എപ്പോഴും ഉന്മേഷവും ഊർജ്ജസ്വലതയും ഉള്ളതായി കണ്ടുവരുന്നു. സ്നേഹം കിട്ടാത്ത ശരീരം നിരാശയിൽ മെലിയുന്നതും കാണുന്നു.

ഇന്ന് വിദ്യാഭ്യാസമുള്ള യുവതികളിൽ തന്റ കാമുകനെ തിരഞ്ഞെടുക്കുന്ന രീതിക്ക് ഒരു മാറ്റം വന്നിട്ടുണ്ട്. അവർ ഒന്നിലധികം പേരെ പരിചയപ്പെടുന്നു. സ്വഭാവം തിരിച്ചറിഞ്ഞ് പറ്റിയ ഒരാളിനെ വിവാഹം കഴിക്കുന്നു. എന്നാൽ ഇത് ഉപേക്ഷിക്കപ്പെട്ടവന് വൈരാഗ്യം വരികയും അക്രമവും കൊലയും വരെ നടത്തുന്നു. ഇതിന് മാറ്റം വരണം, വേർ പിരിഞ്ഞതിന് ശേഷം വിദ്വേഷത്തിന് പകരം സൗഹൃദ ബന്ധം നിലനിർത്തുന്ന ഉന്നത സംസ്കാരവും ജനാധിപത്യ ബോധവും യുവാക്കളിലും മറ്റുള്ളവരിലും വളരണം.

സ്നേഹം അദ്ധ്വാനമായും ബന്ധപ്പെട്ടിരിക്കുന്നു. നാം എന്തിനെ സ്നേഹിക്കുന്നുവോ അതിനുവേണ്ടി പ്രവർത്തിക്കുന്നു.നാം അദ്ധ്വാനിക്കുന്നവയെ സ്നേഹിക്കുകയും ചെയ്യുന്നു. സ്നേഹത്തോടുള്ള അദ്ധ്വാനത്തിൽ കലയും സൗന്ദര്യവും ഉണ്ടാകുന്നു. സ്നേഹമില്ലാത്ത അദ്ധ്വാനം വികൃതമാകുന്നു.

വ്യക്തി ബന്ധങ്ങൾ പരസ്പര വിശ്വാസത്തിലും സ്നേഹത്തിലുമാണ് നിലനിൽക്കുന്നത്. പരസ്പരം കഴിവുകളെ മാനിച്ചും സഹായിച്ചും കൊണ്ടേ അതു നിലനിൽക്കൂ. ആത്മാർത്ഥ സ്നേഹത്തിൽ രഹസ്യങ്ങളില്ല. എല്ലാം തുറന്നു പറയുന്നു.

ഒരു കുടുംബത്തിൽ ഐക്യത്തെ ദൃഢപ്പെടുത്തി നിർത്തുന്നതിന്റെ പ്രധാന ഘടകം സ്നേഹമാണ്. പരസ്പര സ്നേഹമില്ലെങ്കിൽ ആ കുടുംബം ശിഥിലമാകും. സ്നേഹം കിട്ടണമെന്നാഗ്രഹിച്ചാൽ മാത്രം പോരാ, സ്നേഹം കൊടുക്കുക കൂടി വേണം. കുടുംബം ശിഥിലമാകാതിരിക്കാൻ ആപത്തിൽ പരസ്പരം സഹായിക്കലും സത്യസന്ധതയും തുറന്നു പറച്ചിലും ആവശ്യമാണ്.

ഒരുവൾ വിവാഹം കഴിഞ്ഞു ഭർതൃവീട്ടിൽ ചെന്നാൽ തനിക്ക്

ഭർത്താവു മാത്രമേ ഉള്ളൂന്ന് ധരിക്കരുത്. എല്ലാവരും അങ്ങനല്ല. ഏറ്റവും കുറഞ്ഞത് ഭർത്താവിന് അച്ഛനും അമ്മയും ഉണ്ടെന്നറിയണം. വീട്ടിൽ ഭാര്യയും ഭർത്താവുമുള്ള ഞങ്ങൾ എന്നതിനുപകരം കുടുംബത്തിലെ എല്ലാവരും ചേർന്ന നമ്മൾ എന്നു പറയുവാൻ അറിവും ചിന്തയും ബോധവുംവളരണം. ഇങ്ങനല്ലാതായാൽ ആ കുടുംബത്തിലെ സ്നേഹ പവിത്രതയുടെ അവസാനത്തിന്റെ തുടക്കം ആയിരിക്കും.

വീട്ടിൽ മകന്റെ ഭാര്യ വന്നുകയറിയാൽ ഓ ഇനി മകന്റെ സ്നേഹം പോയി, അവർ തമ്മിലൊക്കെ ആയിക്കോട്ടെയെന്ന് അമ്മായിയമ്മ അർത്ഥംവെച്ച് ഒന്നുമൂളി ചിന്തിച്ചു കളയരുത്. ഇപ്പോഴത്തെ അമ്മായിയമ്മമാർ കൂടുതൽ പേരും ഇങ്ങനുള്ള വരല്ലന്നു മാത്രമല്ല ചെറുപ്പക്കാരും, വിദ്യാഭ്യാസം ഉള്ളവരായതിനാൽ പ്രശ്നങ്ങൾ വലുതായില്ല. എങ്കിൽപ്പോലും ഭാര്യാഭർത്താക്കന്മാർ എവിടെയെങ്കിലും പോകുമ്പോൾ നേരത്തേ വീട്ടിൽ പറയുന്നത് നല്ല ശീലമാക്കണം. ചിലർ ഒരുങ്ങി ഇറങ്ങുമ്പോൾ പറയും. പൊട്ടുതൊടീലും, ഒരുക്കവുമെല്ലാം നേരത്തേ മുതൽ കണ്ടുകൊണ്ടിരുന്ന അമ്മായിയമ്മയ്ക്ക് ഇതുകേൾക്കുമ്പോൾ ചൊറിച്ചിൽ തുടങ്ങും. ഇവിടെ അമ്മായിച്ഛനു നല്ലൊരച്ഛനാകാൻ കഴിയണം. ഉള്ളു തുറന്നു സംസാരിക്കുക എന്നത് കുടുംബബന്ധം ഉറപ്പിക്കാനുള്ള അടിസ്ഥാന ഘടകമാണെന്ന് മറക്കരുത്. വീട്ടിലെയും നാട്ടിലെയും നല്ല വിശേഷങ്ങൾ പറഞ്ഞു വീട്ടിലുള്ളവർ ഒന്നിച്ചിരുന്ന് ആഹാരം കഴിക്കുമ്പോൾ ആഹാരത്തിന്റെ മാത്രമല്ല സ്നേഹത്തിന്റെ രസവും ആസ്വദിച്ചുകഴിക്കാൻ കഴിയുമെന്നത് ഇന്നൊരു പൊതുതത്വമാക്കണം. അതൊരു സംസ്കാരമാക്കണം. ഇതിലൂടെ കുടുംബത്തിലുള്ളവരുടെ നല്ലതും ചീത്തയുമായ പ്രവണതകൾ തിരിച്ചറിയാൻ കഴിയും തെറ്റുകളെ തിരുത്താനും കഴിയും. ഇങ്ങനെയുള്ള കുടുംബങ്ങളിൽ സ്നേഹത്തിന്റെയും സന്തോഷത്തി ന്റെയും സൗഭാഗ്യം പൂത്തുലയുന്ന അനുഭവമാണുള്ളത്.

കുടുംബത്തിലെന്നപോലെ അയൽക്കാരെയും സ്നേഹിക്കാൻ നമുക്ക് കഴിയണം. യേശു നമ്മോട് പറഞ്ഞത് "നിന്നെപ്പോലെ നിന്റെ അയൽക്കാരനെയും സ്നേഹിയ്ക്കാനാണ്". "അവനവനാത്മസുഖത്തിനാചരിക്കുന്നവ അപരന് സുഖത്തിനായി വരണമെന്ന്" ശ്രീനാരായണ ഗുരുവും നമ്മെ പഠിപ്പിച്ചു. ഖുറാനും "സ്നേഹത്തിന്റെയും സാഹോദര്യത്തിന്റെയും മഹത്വം ഉയർത്തിപ്പിടിക്കുന്നു". മതങ്ങൾ ഇങ്ങനൊക്കെ പഠിപ്പിച്ചിട്ടും സമൂഹത്തിൽ സ്നേഹത്തിന് പകരം മനുഷ്യത്വമില്ലാത്ത സ്ത്രീപീഢനവും കൂടെയുള്ളവരെ തിരിച്ചറിയാൻ കഴിയാത്ത അക്രമവും കൊല്ലും കൊലയുമൊക്കെ നടക്കുന്നതെ

ന്തുകൊണ്ടാണ്?. ഉയർന്ന വിദ്യാഭ്യാസമുള്ളവരെന്ന് ഘോഷിക്കുന്ന " നവകേരളത്തിൽ " " സുന്ദരകേരളത്തിൽ " ഈ സാംസ്കാരിക ശൂന്യത വർദ്ധിക്കുന്നതെന്തുകൊണ്ട്? നല്ല അയൽബന്ധം ഊട്ടിയുറപ്പിക്കാൻ കഴിയുന്നവർക്ക് കൊടുത്തും വാങ്ങിയും സ്നേഹത്തിന്റെ മനസലിയിക്കുന്ന ആനന്ദാനുഭവമാണുണ്ടാക്കുക. സ്നേഹശൂന്യ മനസ്സ് എപ്പോഴും അസ്വസ്ഥമാണ്.

ഏതൊരാളിനും വീട്ടുകാരോടുണ്ടാകുന്നതിനേക്കാൾ കൂടുതൽ സ്നേഹം സമൂഹത്തോടുണ്ടാകേണ്ടതാണ്. സാമൂഹ്യസ്നേഹം മനുഷ്യനില്ലെങ്കിൽ സമൂഹം തന്നെ ശിഥിലമാകും. വ്യത്യസ്ത താല്പര്യങ്ങൾക്കായി നിലകൊള്ളുന്ന രാഷ്ട്രീയവും മതവും ജാതിയും വർഗീയതയുമെല്ലാം നിലനില്ക്കുന്ന ഒരു സമൂഹമാണ് നമ്മുടേത്. ചിലർ ഈ വൈരുദ്ധ്യങ്ങളെ വർദ്ധിപ്പിക്കാൻ ബോധപൂർവ്വം ശ്രമിക്കുന്നു. എങ്കിൽത്തന്നെയും സാധാരണ മനുഷ്യരെല്ലാം പരിചയക്കാരെ കാണുമ്പോൾ അഭിവാദ്യം ചെയ്യുകയും കൈകൊടുക്കുകയും വിശേഷങ്ങൾ പങ്കുവെയ്ക്കുകയും ചെയ്യുന്നു. ഇതിന്റെയടിസ്ഥാനം സ്നേഹമാണ്.

ഓരോഘട്ടത്തിലും കുടുംബത്തെപ്പോലും നോക്കാതെ സമൂഹത്തെമാറ്റാൻ ശ്രമിച്ചവരെ നാം ഓർക്കുന്നു, പഠിക്കുന്നു, സ്നേഹിക്കുന്നു. ഗാന്ധിജിയേയും നെഹ്റുവിനേയും മാർക്സിനേയും നെൽസൺമണ്ടേലയുമെല്ലാം നാം സ്നേഹിക്കുന്നതെന്തുകൊണ്ട്? അവരെല്ലാം സമൂഹത്തിനായി മാറ്റത്തിനായി പ്രവർത്തിച്ചവരായതുകൊണ്ടാണ്. ഇവരെപ്പോലുള്ള ആദരണീയരെ ഓർത്ത് ജനഹൃദയങ്ങളിൽ ഇന്നും കുളിർ പകർന്നൊഴുകുന്നു. സമൂഹത്തിനുവേണ്ടി പ്രവർത്തിക്കുമ്പോഴാണ് ഏതൊരാളും ഏറെ ആദരണീയരാകുന്നത്. ഇപ്പോൾ സ്നേഹത്തിന് മറ്റൊരർത്ഥം നമുക്ക് ലഭിക്കുന്നു. നല്ല പ്രവൃർത്തി. 33 കൊല്ലം കൊണ്ട് നിലനില്ക്കുന്ന നളന്ദയും അതിലെ കുട്ടികളേയും സമൂഹം സ്നേഹിക്കുന്നതിന്റെ കാരണം അതിന്റെ നല്ല പ്രവർത്തിയാണ്.

ഇവിടെ വേദിയിലിരിക്കുന്ന കൂട്ടത്തിൽ സ്നേഹം കൊടുത്ത് അതിലേറെ സ്നേഹം നേടി അതിൽ സായൂജ്യം കണ്ടെത്തുന്ന ബഹുമാന്യനാണ് നമ്മുടെ മുഹമ്മദ്ഷമീർ. ആയാപറമ്പ് ഗാന്ധിഭവൻ ഡയറക്ടറാണദ്ദേഹം. കഷ്ടപ്പെട്ട് മറ്റൊന്നിനും സമയം ചെലവഴിക്കാതെ ദുരിതമനുഭവിക്കുന്നവർക്ക് നല്ല താമസസൗകര്യവും ഭക്ഷണവും മരുന്നും ശുശ്രൂഷയും മാത്രമല്ല സ്നേഹവും നൽകുന്നു. ഇപ്പോൾ സ്നേഹത്തിന് വേറൊരു അർത്ഥം കൂടി നമുക്ക് ലഭിക്കുന്നു. ത്യാഗം. പത്തനാപുരം ഗാന്ധിഭവൻ ഡയറക്ടർ സോമരാജനും മുഹമ്മദ്ഷമീറുമൊക്കെ ഇന്ന് ജനഹൃദയങ്ങളിൽ തേൻ തു

ളുമ്പുന്നൊരു സ്നേഹക്കൂടുണ്ട്. ഇതുപോലെ ജീവകാരുണ്യ പ്രവർത്തനം നടത്തുന്ന സ്ഥാപനങ്ങളും സംഘടനകളും വ്യക്തികളുമെല്ലാം സമൂഹത്തിലുണ്ട്. നല്ലതുതന്നെ.

മനുഷ്യരുടെ കഷ്ടതകൾ കണ്ടില്ലെന്നു നടിക്കുന്നത് മനുഷ്യത്വമില്ലായ്മയാണ്. മനുഷ്യൻ മനുഷ്യനാകണമെങ്കിൽ മറ്റുള്ളവരെ സഹായിക്കാനും സ്നേഹിക്കാനും കഴിയണം. വേദ ഇതിഹാസ ബുദ്ധകാലം മുതൽ തന്നെ ധാർമ്മിക സ്നേഹത്തിന്റെയും ധർമ്മം നൽകുന്നതിന്റെയും ഒരു സംസ്കാരം നമുക്കുണ്ട്. ഇതു കഷ്ടം പറഞ്ഞുള്ളൊരു സ്നേഹമാണ്. ഇന്നത്തെ മുതലാളിത്ത വ്യവസ്ഥിതിയിൽ ചൂഷണത്തിന് വിധേയരാകുന്ന ജനങ്ങൾ കൂടുതൽ അസ്വസ്ഥരായി തങ്ങൾക്ക് നേരെ തിരിയാതിരിക്കാൻ മുതലാളിവർഗ്ഗംതന്നെ ജീവകാരുണ്യ പ്രവർത്തനങ്ങൾ നടത്തുകയും സഹായിക്കുകയും ചെയ്യുന്നുണ്ട്. എന്നാൽ മാർക്സിസത്തിന്റെ രംഗ പ്രവേശനത്തോടെ അതേവരെ ലോകമെങ്ങും ഉണ്ടായിരുന്ന ധാർമ്മിക സ്നേഹവും മാർക്സിത്തിന്റെ മനുഷ്യ സ്നേഹവും തമ്മിലൊരു അതിർവരമ്പുണ്ടായി. മനുഷ്യരുടെ ദുരിതത്തിന് കാരണം മനുഷ്യൻ മനുഷ്യനെ ചൂഷണം ചെയ്യുന്നതുകൊണ്ടാണെന്നും അതുകൊണ്ട് ചൂഷക സാമൂഹ്യ വ്യവസ്ഥിതിയെ മാറ്റുന്നതിനും അതിലൂടെ ചൂഷണമുക്തമായ ഒരു പുത്തൻ സമൂഹത്തിൽ കമ്മ്യൂണിസ്റ്റ് സമുദായത്തിലായിരിക്കും മനുഷ്യസ്നേഹത്തിന്റെ യഥാർത്ഥ പുഷ്പങ്ങൾ വിരിഞ്ഞ് അനുഭവയോഗ്യമായിത്തീരുക എന്നതാണ് ഈ വേർതിരിവിന്റെ അടിസ്ഥാനം. ദുരിതങ്ങളും മനുഷ്യ സ്നേഹമില്ലായ്മകളും സൃഷ്ടിക്കുന്ന സാമൂഹ്യവ്യവസ്ഥിതിയെ മാറ്റുക എന്ന കാഴ്ചപ്പാടില്ലാത്ത അല്ലങ്കിൽ അതിന് ഒന്നാം സ്ഥാനം നൽകാത്ത ജീവകാരുണ്യ പ്രവർത്തനം നടത്തുന്ന പാർട്ടികൾ ബൂർഷ്വാ പെറ്റി ബൂർഷ്വാ ആശയഗതിയുമായി ബന്ധപ്പെട്ടിരിക്കുന്നു. എങ്കിലും അതു പുരോഗമനമാണ്; നല്ലതാണ്. മാർക്സിസത്തിന്റേതാകട്ടെ സർവ്വലൗകീക സ്നേഹത്തിന്റെയും സമത്വത്തിന്റെയും മനുഷ്യത്വത്തിന്റെയും ഏറ്റവും ഉയർന്ന സാംസ്കാരിക മൂല്യം ഉയർത്തിപ്പിടിക്കുന്ന ഒരു ലോകമാണ്. കള്ളവുമില്ല ചതിയുമില്ലാത്തൊരു ലോകമാണത്. ചൂഷണവും മർദ്ദനവുമില്ലാത്തൊരു ലോകമാണ്.

ഈ പറഞ്ഞതിൽ നിന്നെല്ലാം ഒരു കാര്യം മനസിലാകും. സ്നേഹിക്കുക എന്നത് വളരെ പ്രധാനപ്പെട്ട ഒന്നാണ്. എല്ലാവർക്കും എല്ലാവരിൽ നിന്നും സ്നേഹം ലഭിക്കുന്നില്ല. അതു നേടാൻ നല്ല പ്രവൃത്തിയും ത്യാഗവും സഹിക്കേണ്ടിവരും. സ്നേഹം ലഭിച്ചാലോ അത്, മനുഷ്യബന്ധങ്ങളിലെ ഹൃദയവും ഹൃദയവും തമ്മിൽ പുണരുന്ന ആനന്ദാനുഭൂതിയിലെത്തുകയും ചെയ്യും.

സ്നേഹം കിട്ടണമെങ്കിൽ പരിശീലനവും ശ്രദ്ധയും ആവശ്യമാണ്. നല്ല പെരുമാറ്റവും സംഭാഷണവും സത്യസന്ധതയും അന്യരെ സഹായിക്കാനും ത്യാഗം ചെയ്യാനും സാമൂഹ്യവ്യവസ്ഥിതിയെ മാറ്റാനായി ധീരമായി പോരാടുകയുമൊക്കെ വേണം.

നമ്മുടെ സംസാരം വളരെ പ്രധാനപ്പെട്ടതാണ് പ്രസവിച്ചു വീഴുന്ന മനുഷ്യകുഞ്ഞിന് ആദ്യം നൽകുന്നത് മുലപ്പാലാണ്. എന്നാൽ മുൻകാലങ്ങളിൽ മുലപ്പാൽ കൊടുക്കും മുൻപ് സ്വർണ്ണം തേനിൽ ഉരച്ച് നാക്കിൽ തേച്ചു കൊടുക്കുമായിരുന്നു. ഇതിലെ സ്വർണ്ണവും തേനും ഒരു പ്രതീകമാണ്. തേൻ മാധുര്യത്തിന്റേയും സ്വർണ്ണം മൂല്യത്തിന്റേയും. ഇങ്ങനെ സ്വർണ്ണം തേനിലുരച്ച് നാക്കിൽതേച്ചു കൊടുക്കുന്നത് തേൻതുളുമ്പുന്ന മൂല്യമുള്ള നല്ല വാക്കുകൾ ശബ്ദസൗകുമാര്യത്തോടെ ആ നാവിൻ തുമ്പിൽ നിന്നും ഒഴുകി വരട്ടെ എന്ന സങ്കൽപത്തിലായിരുന്നു. ഇങ്ങനെ ചെയ്യുന്നതുകൊണ്ട് നല്ല വർത്തമാനം ഉണ്ടാകുമെന്ന് ഞാൻ വിശ്വസിക്കുന്നില്ല. എന്നാലത് നമ്മുടെ കഴിഞ്ഞതലമുറയുടെ സങ്കല്പമായിരുന്നു. എല്ലാ അച്ഛനമ്മമാരും തങ്ങളുടെ മക്കളുടെ നാവിൽ നിന്നും ചീത്ത വർത്തമാനമല്ലാതെ നല്ല വർത്തമാനം കേൾക്കാൻ മാത്രം ആഗ്രഹിക്കുന്നു.രക്ഷാകർത്താക്കൾ വീട്ടിൽ മാന്യമായി പെരുമാറുകയും ചീത്ത വർത്തമാം ഒഴിവാക്കണമെന്നതും പ്രധാനമാണ്. കാരണം, അറിവിന്റെ ആരംഭം കുറിക്കുന്നതും കുട്ടിയുടെ സ്വഭാവ രൂപീകരണം നടക്കുന്നതും വീട്ടിൽനിന്നാണല്ലോ. ഇത് മറക്കരുത്.

മറ്റൊരാചാരം ഇന്നും നിലനിൽക്കുന്നു. വിവാഹം കഴിഞ്ഞു വരുന്ന ദമ്പതികൾ ആദ്യരാത്രിയിൽ മധുരമുള്ള പാൽ പകുത്ത് കുടിക്കുന്നു. ഇതിലെപാലും മധുരവും മറ്റൊരു പ്രതീകമാണ്. പാൽ സ്നേഹത്തിന്റെയും മധുരം തുടർന്നുള്ള ജീവിതത്തിന്റെ മാധുര്യത്തെയും സൂചിപ്പിക്കുന്നു. ജീവിതാവസാനം വരെ സ്നേഹത്തിന്റെ മധുരം നിലനിൽക്കട്ടെ എന്നാണ് ഇതുകൊണ്ട് സങ്കൽപിക്കുന്നത്. പലരും ഈ സങ്കല്പത്തിലല്ല നുണഞ്ഞൂറി കുടിച്ചതെങ്കിലും ആ മധുരാനുഭവം ഇപ്പോൾ ഓർക്കുമ്പോൾ അത് മധുരതരവും മധുരിതവുമാകുന്നു. സ്നേഹം യൗവനത്തിൽ മാത്രമല്ല വാർദ്ധക്യത്തിലും നിലനിർത്താൻ കഴിയണം.

അമ്മമാർ കുട്ടികൾക്ക് പാൽ കൊടുക്കുമെങ്കിലും ചിലഅമ്മമാർ സ്നേഹം കൊടുക്കില്ല. സ്നേഹം കൊടുത്താൽ കുട്ടികൾ ചീത്തയാകുമെന്നവർ വിസ്വസിക്കുന്നു. എന്നിട്ടവർ സ്നേഹത്തെ കരുതിവെക്കുന്നു. ഇതുകുട്ടിയിൽ നിരാശവരുത്താനും അച്ഛനും അമ്മയിൽ നിന്നും അകലാനും ഇടയാക്കുന്നു. ചിലപ്പോൾ ഇത് കൊലയിൽ എത്തുന്നു. ഇത്തരം എത്രയോ അനുഭവങ്ങളുണ്ട്. പ്രൈമറിസ്കൂ

ളിൽ പഠിക്കുന്നൊരുകുട്ടി തന്നെ പഠിപ്പിക്കുന്ന അദ്ധ്യാപകനോ അദ്ധ്യാപികയോ വഴിയേപോകുന്നതു കണ്ടിട്ട് സാർ സാർ എന്ന് നീട്ടി വിളിച്ച് ഓടിച്ചെല്ലുന്നെങ്കിൽ അത് അദ്ധ്യാപകനോ അദ്ധ്യാപികയോ നന്നായി പഠിപ്പിക്കുന്നതുകൊണ്ടുമാത്രമല്ല, ആ സാർ കുട്ടിക്ക് നൽകിയ സ്നേഹം കൊണ്ട് കൂടിയാണ്. ആഹ്ലാദത്താലുള്ള ആ കുട്ടിയുടെ നിഷ്കളങ്ക വിളിയിലൂടെ സ്നേഹം ആ സാറിന് തിരിച്ച് കിട്ടുമ്പോൾ സാർ ആത്മാഭിമാനത്തിൽ പുളകം കൊള്ളുന്നു. സ്നേഹം കൊടുക്കാത്ത അദ്ധ്യാപകരിൽ നിന്നും കുട്ടികൾ അകലുന്നു.

നാം ശ്രദ്ധിക്കേണ്ട പ്രധാനപ്പെട്ട കാര്യം പ്രായാധിക്യം വന്നവർക്ക് ബഹുമാനവും സ്നേഹവും പരിചരണവും മക്കൾക്കും കൊച്ചുമക്കൾക്കും കൊടുക്കാൻ കഴിയണമെന്നതാണ്. രോഗികൾക്ക് പ്രാർത്ഥനയെക്കാൾ ഫലപ്രദം സ്നേഹം കൊടുക്കലാണെന്ന് നാം അറിയണം. പ്രായമയവരെകൊണ്ട് ഒരു ശല്യമായല്ലോ എന്ന് തോന്നിക്കുന്ന വാക്കുകൾ അവർ കേട്ടാൽ എങ്ങനെങ്കിലും ഒന്നു തുലഞ്ഞുകിട്ടിയാൽ മതിയെന്നായിരിക്കും. അവരുടെ ചിന്ത. ചിലർ പ്രാകുകയും ചെയ്യും. അവർ മറ്റെന്തുചെയ്യാൻ. ആരോഗ്യസമയത്ത് എത്രയോ നല്ല കാര്യങ്ങൾ മക്കൾക്കായി ചെയ്തവരാണെന്നോർക്കണം. സ്നേഹവും പരിചരണവും കിട്ടിയാൽ മാത്രമേ സ്വർഗ്ഗത്തേക്കാൾ സുന്ദരമാണീ ജീവിതമെന്ന് അവർക്ക് തോന്നൂ. ഇല്ലെങ്കിൽ നരകമെന്നു തോന്നും.

ഒരാൾ ജീവിച്ചിരിക്കുന്നത് ഒരാളെങ്കിലും തന്നെ സ്നേഹിക്കുന്നുണ്ടെന്നുള്ള തോന്നൽ കൊണ്ടാണ്. എന്നാൽ ആ സ്നേഹം കിട്ടാതെ വന്നാൽ അയാൾ മാനസിക രോഗിയാകുകയോ അല്ലെങ്കിൽ പോയി ചാവുകയോ ചെയ്യും. ഒരു പൊതുവേദിയിൽ തനിക്കെതിരെ അധിക്ഷേപാരോണം പറഞ്ഞെന്നുതോന്നി വിഷമിച്ചപ്പോൾ അടുത്തുള്ള ആരും ഒരു സാന്ത്വനവാക്ക് പോലും പറയാതിരുന്നതുകൊണ്ടാണ് ആ ഉദ്യോഗസ്ഥൻ ആത്മഹത്യ ചെയ്തതെന്ന ആദ്യ ആരോപണത്തിന്റെ ചർച്ച ഇപ്പോഴും തീർന്നിട്ടില്ല. അതായത് മനുഷ്യസ്നേഹത്തിന് ഒറ്റപ്പെടലുമായി അത്രത്തോളം ബന്ധം ഉണ്ടന്നർത്ഥം.

സ്നേഹശക്തി എപ്പോൾ മനുഷ്യനില്ലാതാകുന്നുവോ അപ്പോഴവർ മൃഗതുല്യമാകും. സ്നേഹം ഇല്ലങ്കിൽ കൂട്ടുകാർ ഇല്ല. കാമുകീ കാമുക ബന്ധങ്ങളില്ല, കുടുംബം തുടങ്ങി മനുഷ്യബന്ധങ്ങളൊന്നുമില്ല. സ്നേഹം തുളമ്പുന്ന നോവലുകളും കഥകളും, കവിതകളും, നാടോടിപ്പാട്ടുകളും, സിനിമാഗാനങ്ങളും തുടങ്ങി സാഹിത്യാദികളുമില്ല. നാടകം സിനിമ തുടങ്ങിയ കലകളുമില്ല, സൗന്ദര്യ ശില്പമില്ല. സർഗ്ഗാത്മകത ഇല്ലാത്ത നിശ്ചലം ശൂന്യമീ ലോകം!.

സ്വാർത്ഥതയുടെയും ജാതിയുടെയും മതത്തിന്റെയും ദൈവത്തിന്റെയുമൊക്കെപ്പേരിൽ വർഗ്ഗീയ സ്പർദ്ധ വർദ്ധിക്കുന്ന ഈ കാലഘട്ടത്തിൽ വയലാർ രാമവർമ്മ എഴുതി യേശുദാസ് പാടിയത് ഓർക്കുക "മനുഷ്യൻ മനുഷ്യനെ സ്നേഹിക്കുമ്പോൾ മനസിൽ ദൈവം ജനിക്കുന്നു". "മനുഷ്യൻ മനുഷ്യനെ വെറുക്കാൻ തുടങ്ങുമ്പോൾ മനസ്സിൽ ദൈവം മരിക്കുന്നു". ഇവിടെ വയലാറിന്റെ ദൈവം സ്നേഹമാണ്. ഗാന്ധിജിക്ക് വെറുപ്പല്ല "സ്നേഹമായിരുന്നു സത്യം". കാറൽമാർക്സ് എഴുതുന്നു "മനുഷ്യൻ എന്ന നിലയിൽ അവന് ലോകത്തോടുള്ള ബന്ധം സ്നേഹത്തിനുപകരം സ്നേഹവും, വിശ്വാസത്തിനുപകരം വിശ്വാസവും തിരിച്ചു കിട്ടുന്നതിലൂടെയാണ് ആവിഷ്കരിക്കപ്പെടുന്നത്". ഇത്തരത്തിൽ മഹത്വവും ഉന്നതവുമായ സ്നേഹം ഹൃദയത്തിൽ നിന്ന് ഹൃദയത്തിലേക്ക് അലിഞ്ഞ് ഒന്നാവട്ടെ. കൊടുത്തും വാങ്ങിയും പരസ്പരം സഹായിച്ചും കൈകൊടുത്തും ആശ്ലേഷം ചെയ്തും ചെഞ്ചുണ്ടിൽ പുഞ്ചിരി തൂകിയും സ്നേഹത്തിന്റെ മുന്തിരിച്ചാറ് ഊറ്റിക്കുടിച്ചും നമുക്കൊന്നിച്ച് ജീവിക്കാം. സ്വാർത്ഥ സ്നേഹത്തിനെതിരെ സമത്വസ്നേഹത്തിനായുള്ള ഈ സ്നേഹ സംഗമം വിജയിക്കട്ടെ.

അഭിവാദ്യങ്ങൾ.

കായംകുളം എരുവ നളന്ദ സാംസ്കാരിക വേദി നടത്തിയ സ്നേഹസംഗമത്തിൽ വിഷയം അവതരിപ്പിച്ചുകൊണ്ടു നടത്തിയ പ്രസംഗം

2024 നവംബർ 14

നിർമ്മിത ബുദ്ധിയുടെ വളർച്ചയും ഭാവിയും

നാം അത്ഭുതകരമായ കണ്ടുപിടുത്തങ്ങളുടെ കാലത്താണ് ജീവിക്കുന്നത്. ഇന്നലത്തേത് ഇന്ന് പഴഞ്ചനാകുന്നു.നിത്യേന പുതുമയേറിയമാറ്റം. മനുഷ്യ ബുദ്ധിയേയും കടന്ന് "നിർമ്മിത ബുദ്ധി " (ആർട്ടിഫിഷ്യൽ ഇന്റലിജൻസ്) എ.ഐ. യുടെ അപാരസാദ്ധ്യതകളുടെ അവിശ്വസനീയമായ ലോകത്തിലേക്ക് നാം കടന്നിരിക്കുന്നെന്ന് പണ്ഡിതർ പറയുന്നു. ഇങ്ങനെ വളർന്നാൽ മനുഷ്യനും നിർമ്മിതബുദ്ധിയും തമ്മിൽ വൈരുദ്ധ്യമുണ്ടാകുമോ? അതു നശീകരണത്തിലേക്ക് പോകുമോ? അതോ അതൊരു പുതിയ ലോകത്തെത്തന്നെ സൃഷ്ടിക്കുമോ? ഇക്കാര്യത്തിൽ ബുദ്ധിജീവികളിൽ ആശങ്കയും പ്രതീക്ഷയും നിലനിൽക്കുന്നു.

നിർമ്മിത ബുദ്ധി (എ.ഐ.) എന്നുവെച്ചാൽ ചിന്തിച്ചും തിരിച്ചറിഞ്ഞും സ്വയം പ്രവൃത്തിക്കാൻ കഴിയുന്ന ഒരു സിസ്റ്റമാണ്. നമ്മുടെ നിത്യ ജീവിതത്തിൽ ഇപ്പോൾത്തന്നെ നിർമ്മിത ബുദ്ധിയുടെ ഫലങ്ങൾ അറിയുന്നുവെന്ന് മാത്രമല്ല ഒഴിച്ചുകൂടാൻ പാടില്ലാത്തതായി മാറിയിട്ടുണ്ട്.

നിർമ്മിത ബുദ്ധി തൊഴിലില്ലായ്മ സൃഷ്ടിക്കുമെന്ന് വിശ്വസിക്കുന്നവർ ഏറെയാണ്. അതല്ല പുതിയ തൊഴിലവസരങ്ങൾ സൃഷ്ടിക്കുമെന്നും ബൂർഷ്വാ പണ്ഡിതന്മാരും ഭരണാധികാരികളും പറയുന്നു. പല ബുദ്ധിജീവികളും ചില കമ്മ്യൂണിസ്റ്റുകളും പറയുന്നത്, നിർമ്മിതബുദ്ധിയും അതിന്റെജ്ഞാന പ്രസരണവും അവസരസമത്വം വരുത്തി ചൂഷണ വ്യവസ്ഥിതി ഇല്ലാതാക്കി സോഷ്യലിസത്തെ കൊണ്ടുവരുമെന്നാണ്. ഈ നിലയിൽ സോഷ്യലിസത്തെ കൊണ്ടുവരുവാൻ കഴിയുമോ എന്നറിയാൻ നാം മനുഷ്യസമുദായത്തിന്റെ ഇന്നേവരെയുള്ള വളർച്ചയുടെ ഗതിയെ നിയന്ത്രിക്കുന്ന നിയമത്തെപ്പറ്റി പഠിച്ചുകൊണ്ടേ കഴിയൂ.

മൃഗശക്തി ഉപയോഗിച്ച് ഉല്പാദന പ്രവർത്തനം നടത്താമെന്നത് മനുഷ്യന്റെ ആദ്യ കണ്ടുപിടുത്തമായിരുന്നു. പിന്നീട് സാമൂഹ്യ വ്യവസ്ഥയുടെ മാറ്റത്താൽ യന്ത്രങ്ങൾ പ്രവർത്തിക്കുന്ന ആധുനിക വ്യവസായം വന്നതോടെ ലോകം വ്യാവസായിക ലോകത്തിലേക്ക് കടന്നു. ഇപ്പോൾ ലോകമെങ്ങും വ്യവസായനന്തര സമൂഹമെന്നറിയപ്പെടുന്ന ആർട്ടിഫിഷ്യൽ ഇന്റസലിജൻസ് (നിർമ്മിതബുദ്ധി) യിലേക്ക് എത്തിയിരിക്കുന്നു. നിലവിലുള്ള വ്യവസായിക മൂലധനത്തിന് പരിചയമില്ലാത്ത ചരക്കുല്പാദനമാണിവിടെ നടക്കുന്നത്. ഡേറ്റകളെ (അറിവു

കളെ) കൈവശപ്പെടുത്തിക്കൊണ്ടുള്ള ബൗദ്ധിക മൂലധനശക്തികൾ ഇന്ന് ലോകം തന്നെ കീഴ്പ്പെടുത്താനുള്ള മത്സരത്തിലാണ്.

നിർമ്മിത ബുദ്ധിയുടെ അറിവ് ഒരു സുപ്രഭാതത്തിൽ പൊട്ടിവിടർന്നതല്ല. ഇതിന് സയൻസിന്റെയും യന്ത്രത്തിന്റെയും ആരംഭം മുതലുള്ള വളർച്ചയുടെ തുടർച്ചയുണ്ട്. ശാസ്ത്രമാണ് യന്ത്രത്തെ കൊണ്ടുവന്നത്. ശാസ്ത്രം തിയറിയാണ്. അതിന്റെ സാങ്കേതികരൂപമാണ് യന്ത്രം. ഈ ശാസ്ത്ര സാങ്കേതിക വളർച്ചയുടെ ഏറ്റവും ഉയർന്ന രൂപമാണ് ഇന്നത്തെ ആർട്ട്ഫിഷ്യൽ ഇന്റലിജൻസ് (എ.ഐ).

മനുഷ്യാദ്ധ്യാനത്തിന്റെ ആരംഭം പ്രകൃതിയുടെ മേലുള്ള പ്രവൃത്തിയിലൂടെ ആയിരുന്നു. വ്യവസായ യുഗത്തിൻ യന്ത്രങ്ങളെക്കൊണ്ടുള്ള പ്രവർത്തനവും. ഒരു യന്ത്രം ഉണ്ടാക്കുന്നതിന് അദ്ധ്വാനശക്തി ആവശ്യമാണ്. അതോടൊപ്പം യന്ത്രത്തിലേക്ക് നയിച്ച ശാസ്ത്രത്തിന്റെ അറിവും വേണം. ഇതു രണ്ടും കൂടി ചേർന്ന് ഒരു യന്ത്രത്തെ നിർമ്മിക്കുമ്പോൾ മനുഷ്യന്റെ പ്രയോഗിക്കപ്പെട്ട അദ്ധ്വാനശക്തിയും ശാസ്ത്രത്തിന്റെ അറിവും ആ യന്ത്രത്തിൽ ലയിക്കുന്നു. ഇതു നമുക്ക് നേരിട്ട് കാണാൻ കഴിയാത്ത യാഥാർത്ഥ്യമാണ്.

ഇവിടെ അദ്ധ്വാനത്തെയും ശാസ്ത്രത്തെയും വില കൊടുത്തു വാങ്ങിയവർ യന്ത്രത്തിന്റെ ഉടമയാകുന്നു. മുതലാളിയാകുന്നു. ഇവർ ഒരു വർഗമാകുന്നു. ഒപ്പം മറ്റൊരു വർഗ്ഗവും കൂടി വന്നു. തൊഴിലാളി വർഗം. സ്വന്തം അദ്ധ്വാന ശക്തിയല്ലാതെ മറ്റൊന്നും ഇല്ലാത്തവർ. യന്ത്രത്തെ ചലിപ്പിക്കുന്നതും അതിന്റെ മേൽ നോട്ടം വഹിക്കുന്നതും തൊഴിലാളി. എന്നാലതിന്റെ ഉല്പന്നത്തിനവകാശം തൊഴിലാളിക്കല്ല മുതലാളിക്കാണ്.അതാണ് മുതലാളിത്ത വ്യവസ്ഥ.

തൊഴിലാളികളാണ് മൂല്യത്തെ സൃഷ്ടിക്കുന്നത്. ഒരു ചരക്കിന്റെ മൂല്യത്തെ നിർണയിക്കുന്നത് അതുണ്ടാക്കാനാവശ്യമായ സമയം കൊണ്ടാണ്. ഒരു ചരക്കുണ്ടാക്കാൻ തൊഴിലാളികളുടെ കൂലി അസംസ്കൃത വസ്തുക്കളുടെ വിലയും ഉൾപ്പെടെ ചെലവാകുന്ന തുക ആ ചരക്ക് വിറ്റു കിട്ടുന്ന തുകയിൽ നിന്നും കുറച്ചാൽ കിട്ടുന്നതാണ് മിച്ചതുക. ഇതാണ് മിച്ച മൂല്യം.മുതലാളി ഇതിന് ലാഭം എന്നു പറയുന്നു. എന്നാലിതു തൊഴിലാളി വേല ചെയ്ത സമയത്തു കൊടുക്കേണ്ടിയിരുന്ന കൂലിയായിരുന്നു. അതു പൂർണമായും കൊടുക്കാതിരുന്നതിനാലാണ് മുതലാളിക്ക് മിച്ച മൂല്യം ഉണ്ടായത് അതായത് മുതലാളി വർഗം ചൂഷകവർഗമാണ്.

മുതലാളിവർഗം തങ്ങളുടെ ഫാക്ടറികളിലെ നൂറുകണക്കിന് തൊഴിലാളികളുടെ മിച്ചമൂല്യം ഊറ്റിയെടുത്ത് കോടീശ്വരനാകുന്നു. എന്നാൽ തൊഴിലാളികൾ ദരിദ്രരാകുന്നു. അപ്പോൾ തൊഴിലാളികൾ മുതലാളി തട്ടിയെടുത്ത മിച്ച മൂല്യത്തിലൊരു പങ്ക് തങ്ങൾക്ക്

കൂലിയായി വർദ്ധിപ്പിച്ചു കിട്ടുന്നതിനായി മുതലാളിക്കെതിരെ നിരന്തര സമരം തുടങ്ങുന്നു. ഇതു വർഗ സമരമായി പടരുന്നു. ഇപ്പോൾ തൊഴിലാളിവർഗം ഒരു പാഠവും കൂടി പഠിക്കുന്നു. സ്വകാര്യ സ്വത്തുടമ സമ്പ്രദായത്തെ ഇല്ലാതാക്കിക്കൊണ്ട് മാത്രമേ അവനു മോചനം ഉള്ളുവെന്ന്.

മുതലാളി തൊഴിലാളിയിൽ നിന്നും തട്ടിയെടുത്ത മിച്ചമൂല്യത്തിലൊരു ഭാഗം തന്റെ മൂലധനത്തിൽ ലയിപ്പിക്കുന്നു. ഇതിനെ മൂലധനസഞ്ചയം എന്നു പറയുന്നു. ഇങ്ങനെ സ്ഥാപനത്തെ വലുതാക്കുമ്പോൾത്തന്നെ യന്ത്രത്തെയും പരിഷ്കരിക്കുന്നു.മുതലാളിത്തം നിരന്തരം യന്ത്രത്തെ പരിഷ്കരിക്കുകയും ഉല്പന്നത്തിൽ മാറ്റം വരുത്തുകയും ചെയ്യുന്നു. ഇങ്ങനല്ലങ്കിൽ മുതലാളിത്തകിട മത്സരത്തിൽ അവർക്ക് നിലനില്പില്ല അതുകൊണ്ട് ഒന്നുമല്ലെങ്കിൽ ഒരു സാരിയുടെ പുള്ളിക്ക് മാറ്റം വരുത്തുകയോ അല്ലെങ്കിൽ ഉല്പന്നം പൊതിഞ്ഞു കൊടുക്കുന്ന കവറിനെങ്കിലും മാറ്റം വരുത്തുന്നു. മരുന്ന് നിർമ്മാണം ഉൾപ്പെടെ പല ഉല്പന്നങ്ങളിലും നമുക്കിത് പ്രത്യക്ഷത്തിൽ തന്നെ കാണാം.

മനുഷ്യാദ്ധ്വാനശക്തിയും അറിവും യന്ത്രത്തിൽ ലയിക്കുന്നത് നാം നേരത്തെ കണ്ടു. ഇങ്ങനെ യന്ത്രം വന്നതോടെ നൂറുപേർ പണിചെയ്തിരുന്ന സ്ഥാപനത്തിൽ ഇപ്പോൾ പത്തോ ഇരുപതോ പേർ മതി. ബാക്കി ഉള്ളവരെ പിരിച്ചുവിടുന്നു. യന്ത്രപരിഷ്കരണത്തിലൂടെ നിരന്തരം മുതലാളി തൊഴിലാളികളെ വെട്ടിക്കുറയ്ക്കുന്നു. പുതിയ യന്ത്രം വരുന്നതനുസരിച്ച് പുതിയ തൊഴിലവസരങ്ങൾ വരുമെന്നാണ്, മുതലാളി വർഗ്ഗവും ഭരണവർഗ്ഗവും തൊഴിലാളികളോട് പറയുന്നത്. യഥാർത്ഥത്തിൽ ഏതൊരു പരിഷ്കരണവും തൊഴിലവസരം കുറക്കുന്നുവെന്നതാണ് വസ്തുത. മാത്രമല്ല പുതിയ യന്ത്രവും പരിഷ്കരണവും വന്നതോടെ പഴയതൊഴിലുകൾ തന്നെ ഇല്ലാതായി. കാർഷിമേഖലയിൽത്തന്നെ കലപ്പയും പൂട്ടുകാരനും, ചക്രവും ചക്രംചവിട്ടുകാരനും, കൊയ്ത്തരിവാളും കൊയ്ത്തുകാരും ഇല്ലാതായി. ഇങ്ങനെ ഓരോ രംഗത്തും സംഭവിച്ചുകൊണ്ടിരിക്കുന്നു. ഇങ്ങനെ തൊഴിൽ നഷ്ടപ്പെടുന്നവർക്ക് പുതിയ തൊഴിലിനുള്ള സംവിധാനം ഇല്ല.

പുതിയ യന്ത്രം വരുന്നിടത്ത് അതു പ്രവർത്തിപ്പിക്കാൻ പരിശീലനം ലഭിച്ച ആധുനിക വിദ്യാഭ്യാസമുള്ള കുറച്ച്പേർ മതിയെന്നായിരിക്കുന്നു. മറ്റുള്ളവരിൽ ചിലർക്കും ആസ്ഥാപനത്തിൽ വെറുക്കപ്പെട്ട തൊഴിലും ലഭിക്കുന്നു. (വെറുപ്പ് തൊഴിലാളികൾക്കല്ല, മുതലാളി വർഗത്തിനും ഉദ്യോഗസ്ഥ മേധാവിത്തത്തിനുമാണ്.)

ശാസ്ത്ര സാങ്കേതിക രംഗത്തെ വളർച്ചക്കനുസരിച്ചുള്ള വി

ദ്യാഭ്യാസവും ആവശ്യമായിവരുന്നു. വിശേഷിച്ചും നോളജ് ഇക്കോണമി (ജ്ഞാനസമ്പത്) വ്യവസ്ഥിതിയിൽ. വിദ്യാഭ്യാസത്തിന്റെ ഇന്നത്തെ ആർത്ഥം സ്കിൽഡ് (നൈപുണ്യം) എന്നാണ്. ഈ നൈപുണ്യ വിദ്യാഭ്യാസ വിഷയങ്ങളിൽ പഴയ കോമ്പിനേഷനുകളിൽ മാറ്റം വരുന്നു. ഏതു വിഷയവും തെരഞ്ഞെടുക്കാം. എപ്പോൾ വേണമെങ്കിലും പഠിപ്പു നിർത്തി പുറത്തുപോകാം. തിരിച്ചു വന്നാൽവീണ്ടും പഠിക്കാം വേണ്ടെങ്കിൽ അതുവരെ പഠിച്ചതിന്റെ സർട്ടിഫിക്കറ്റും വാങ്ങി പോകാം. അതായത് നിർബന്ധമായും പഠിക്കണമെന്നില്ല. തങ്ങളുടെ ജ്ഞാനസമ്പത്ത് വ്യവസ്ഥയ്ക്ക് അനുയോജ്യമായവരെ മാത്രം മതി. പഠിത്തത്തിലും അറിവിലുമൊക്കെ ജിജ്ഞാസ കാണിക്കുന്ന വിദ്യാർത്ഥികളെ അദ്ധ്യാപകർ പ്രോത്സാഹിപ്പിക്കും. അവർ പഠിച്ചു കൊള്ളും. ഇത് സ്വകാര്യ വിദ്യാഭ്യാസ സ്ഥാപനങ്ങളിൽ പഠിക്കാൻ കഴിയുന്നവർക്ക് മാത്രമാവുകയും ചെയ്യും. ഏറ്റവും പുതിയ അറിവുകളും സാങ്കേതിക വിദ്യയും ഇവരുടെ കൈവശമാണല്ലോ ഉള്ളത്. ഗവൺമെന്റ് സ്ഥാപനങ്ങളിൽ ഇന്നത്തെ ഏറ്റവും പുതിയ അറിവുകൾ പഠിക്കാൻ അവസരം ഇല്ലാത്തതിനാലാണല്ലോ വിദേശത്തേക്ക് കുട്ടികൾ പഠിക്കാൻ പോകുന്നത്. വൻകിട വ്യവസായ സ്ഥാപനങ്ങളുടെ വളർച്ചയും ശാസ്ത്രത്തിന്റെ വിലയ്ക്കെടുക്കലും അറിവിന്റെ കേന്ദ്രീകരണവും മുതലാളിത്തത്തിൽ നിരന്തരം നടക്കുന്നു. മത്സരവും കുത്തകാധിപത്യവും മുതലാളിത്തത്തിന്റെ സവിശേഷതയാണ്. വിവിധ സ്ഥാപനങ്ങളുടെ ഓഹരികൾ ഒരു സ്ഥാപനത്തിൽ കൂട്ടുചേരുന്നു. മുതലാളിമാർക്ക് പണം നൽകി സഹായിക്കാൻ വന്ന ബാങ്ക് ഇപ്പോൾ വ്യവസായകോർപ്പേറേറ്റുകളുടെ ബോർഡിൽ അംഗമാകുന്നു. അങ്ങനെ കോർപ്പറേറ്റ് മൂലധനവും ബാങ്ക് മൂലധനവും ഒന്നു ചേർന്ന് ഫൈനാൻസ് മൂലധനം എന്ന പുതിയൊരു സാമ്രാജ്യത്ത മൂലധനത്തിലേക്ക് വളർന്നു. ഈ മൂലധനം ലോകമെങ്ങുമുള്ള രാജ്യങ്ങളെയും ജനങ്ങളെയും സഹായിക്കാൻ എന്ന പേരിൽ കടന്ന് കൂടി അവരുടെ നിബന്ധനകളിൽ ഒപ്പ് വെപ്പിച്ച് വൻചൂഷണം നടത്തുന്നു. നമ്മുടെ ഇന്ത്യയ്ക്കും സാമ്രാജ്യത്ത മൂല ധനത്തോട് ആശ്രിതത്വവും വിധേയത്തവുമാണ് ഉള്ളത്. അമേരിക്കൻ ട്രംപ് ഭരണ കൂടം അനധികൃതമായ കുടിയേറ്റക്കാരെ കാലും കയ്യും കെട്ടി അന്താരാഷ്ട്ര നിയമങ്ങൾ ലംഘിച്ച് അവരുടെ യുദ്ധ വിമാനത്തിൽ പരസ്യമായിപ്പറഞ്ഞ് കൊണ്ടുതന്നെ ഇന്ത്യയിലേക്ക് നടതള്ളിയതിനെപ്പറ്റി ട്രംപുമായുള്ള ചർച്ചയിൽ നമ്മുടെ പ്രധാനമന്ത്രി എതിർത്ത് ഒരക്ഷരം പോലും മിണ്ടാതിരുന്നത് ഈ വിധേയത്ത സ്വഭാവം കൊണ്ടാണ്. ലോകഗുരു ഭൂതൻ മൗനവൃതനായിപ്പോയി. എങ്കിലും ദേശസ്നേഹമുള്ള ഇൻഡ്യൻ ജനത ശക്തിയായി പ്രതികരിച്ചു.

ഇത്തരത്തിലുള്ള സാമ്രാജ്യത്ത മേൽക്കോയ്മ നിലനില്ക്കുന്ന ഘട്ടത്തിലാണ് നിർമ്മിത ബുദ്ധി (എ.ഐ.) ലോകത്ത് സർവ്വാധിപതി ആകുന്നത്. 16-ാം നൂറ്റാണ്ടു മുതൽ സാമൂഹ്യാദ്ധ്വാനത്തിൽ വളർന്നുവന്ന ശാസ്ത്ര സാങ്കേതിക ജ്ഞാനത്തിന്റെ തുടർച്ചയിലൂടെ വന്ന് കമ്പ്യൂട്ടറിലേക്കും അവിടെ നിന്നും ഇന്റർനെറ്റിലേക്കും സ്മാർട്ട് ഫോണിലേക്കും അതിന്റെ ജനറേഷൻ നാലും കഴിഞ്ഞ് അഞ്ചിലേക്കും അതു വികാസം പ്രാപിച്ച് നിർമ്മിത ബുദ്ധിയിലേക്കും എത്തിനിൽക്കുന്നത്.

മനുഷ്യന്റെ കായികവും മാനസികവുമായ കഴിവും ശാസ്ത്ര അറിവും യന്ത്രത്തിൽ ലയിച്ചത് നാം നേരത്തേ കണ്ടു. ഈ നിലയിൽ പുതിയതായി കണ്ടുപിടിക്കുന്ന ഓരോ സാങ്കേതിക വിദ്യയിലും മനുഷ്യന്റെ മാനസികവും ശാരീരികവുമായ കഴിവുകൾ സാമൂഹ്യദ്ധ്വാനത്തിൽ ലയിച്ച് വളർന്നുവന്നതാണ് ഇന്നത്തെ സോഫ്റ്റ്വെയറും, എ.ഐ ഉം എല്ലാം. അതായത് മനുഷ്യന്റെ ദീർഘനാളത്തെ സാമൂഹ്യദ്ധ്വാനത്താൽ ലയിച്ച് വളർച്ചയെത്തിയ രൂപമാണിത്. എന്നാൽ ഇതിന്റെ ഉടമാവകാശം കോർപ്പറേറ്റുകൾ കയ്യടക്കിയിരിക്കുന്നു. കൂടുതൽ കൂടുതൽ കണ്ടുപിടുത്തങ്ങൾക്കായി ഇവർ വൻ പരീക്ഷണശാലകൾ സ്ഥാപിക്കുകയും അവിടെ ഗവേഷകരെ പാർപ്പിക്കുകയും ചെയ്തിരിക്കുന്നു. ഇവരുടെ കണ്ടുപിടുത്തങ്ങളുടെ നേട്ടങ്ങൾ കോർപ്പറേറ്റുകൾ അവരുടെ സ്ഥാപനത്തിന്റെ സ്വന്തം പേരിലാക്കുന്നു. സാമൂഹ്യദ്ധ്വാനത്താലുണ്ടായ ഇന്നത്തെ നിർമ്മിത ബുദ്ധിയും സാമൂഹ്യമായിത്തീരേണ്ടതാണ്.

മനുഷ്യാദ്ധ്വാനത്തിൽ നിന്നും ബുദ്ധിപരമായ ഉല്പാദന ശക്തിയെ വേർതിരിച്ചുകൊണ്ടാണ് എ.ഐ. യുടെ വരവ്. ഈ ആർട്ട്ഫിഷ്യൽ ഇന്റലിജൻസ് ഇന്ന് ചില കോർപ്പറേറ്റ് ഭീമൻമാർ കയ്യടക്കി വെച്ചിരിക്കുയാണല്ലോ. വലിയ കോടികൾ ചെലവു വരുന്നുവെന്ന് പറഞ്ഞു നിർമ്മിത ബുദ്ധിയുടെ സേവനത്തിനവർ വലിയ വില ഈടാക്കുന്നു. എന്നാൽ എ.ഐ.യുടെ ലോകമത്സരത്തിൽ ചൈനയിലെ എ.ഐ. മോഡലായ ഡീപ്സീക് ഫ്ളാറ്റ് ഫോം നൂതനമാർഗ്ഗങ്ങൾ ഉപയോഗിച്ച് നിർമ്മിച്ച എ.ഐ. ലോകത്തിന് വില കുറച്ചും ഫ്രീ ആയും നൽകി. ഇത് ലോകത്തിന് ആശ്വാസമായി. ഇതു മെറ്റ പോലുള്ളവരുടെ ഓഹരിവില വൻതോതിൽ കറക്കുകയും ചെയ്തു.

ഐ.റ്റി. മേഖലയിൽ പണിയെടുക്കുന്നവർക്ക് ഉയർന്ന ശമ്പളമാണെന്നും അവർ മിച്ചം വെക്കുന്നുണ്ടെന്നും അതുകൊണ്ടുതന്നെ തന്റെ അദ്ധ്വാനശക്തിയല്ലാതെ മറ്റൊന്നും ഇല്ലാത്തവരാണ് തൊഴിലാളികൾ എന്ന മാർക്സിയൻ കാഴ്ചപ്പാട് ഇന്നു തെറ്റാണെന്നും ബൂർഷ്വാ പണ്ഡിതന്മാരെപ്പോലെ തന്നെ ചില കമ്മ്യൂണിസ്റ്റു ബുദ്ധി

ജീവികളും പറഞ്ഞു തുടങ്ങിയിരിക്കുന്നു.

മുതലാളിക്കായി അദ്ധ്വാനിക്കുമ്പോൾ നഷ്ടപ്പെടുന്ന അദ്ധ്വാന ശക്തി തിരിച്ച് ശരീരത്തിന് ലഭിക്കേണ്ടതാണ്. അല്ലങ്കിൽ ആ മനുഷ്യശരീരം നിലനില്ക്കില്ല. അദ്ധ്വാനശക്തി എന്നു പറയുന്നത് മനുഷ്യൻ ഏതെങ്കിലും ഒരുചരക്ക് ഉല്പാദിപ്പിക്കാൻ വേണ്ടുന്നമാനസികവും കായികവുമായ കഴിവ് ആണ്. ഇങ്ങനെ അദ്ധ്വാനിക്കുമ്പോൾ മനുഷ്യന്റെ ബുദ്ധി ഞരമ്പ് മാംസപേശികൾ മുതലായവ ഒരു നിശ്ചിത അളവിൽ ചെലവഴിക്കേണ്ടിവരും. ഇങ്ങനെ ചെലവഴിക്കുമ്പോൾ ശരീരത്തിൽ നിന്നും നഷ്ടപ്പെടുന്ന ഊർജ്ജം അവന് തിരിച്ച് ശരീരത്തിനുനൽകാൻ വേണ്ടിവരുന്ന സാധനങ്ങളുടെ വില, കൂടാതെ അവന് ഒരു അച്ഛനും അമ്മയും ഭാര്യയും മക്കളും ഉണ്ട്. മാത്രമല്ല അടുത്ത തലമുറയ്ക്കായി അദ്ധ്വാനശക്തിയെ (കുട്ടികളെ) വളർത്തുന്നതിന് ഇന്നത്തെ ശാസ്ത്രസാങ്കേതിക വിദ്യാഭ്യാസം നൽകുന്നതിനാവശ്യമായ ചെലവുംകൂടി ലഭിക്കണം.പോരാ ഇന്നത്തെ ലോക പരിഷ്കാരത്തിനും സുഖ സൗകര്യങ്ങൾക്കനുസരിച്ച് അവന് ജീവിക്കുകയും വേണം. ഇതെല്ലാം കണക്കാക്കിയുള്ള ഉയർന്ന കൂലിയാണ് തൊഴിലാളികൾക്ക് ലഭിക്കേണ്ടത്. എന്നാൽ ഇന്ന് തൊഴിലാളികൾക്ക് ലഭിക്കുന്നതു മിനിമം കൂലിയും. ഇപ്പോൾ ഐ.ടി മേഖലയിൽ അല്പം ഉയർന്ന ശമ്പളം ലഭിക്കുന്നുണ്ടെങ്കിലും അത് അവന്റെ മേൽപ്പറഞ്ഞ ആവശ്യങ്ങൾ നിറവേറ്റാൻ പര്യാപ്തമല്ല. ഇനി അങ്ങനെ ചെലവഴിച്ചാൽ അവൻ തെണ്ടും. ഇന്നത്തെ തൊഴിലാളികൾ അവന്റെ ആവശ്യങ്ങൾ എല്ലാം നിറവേറ്റാതെ ഊറിയും ഉറുമ്പിയും അല്പം മിച്ചം വെക്കുന്നുണ്ട്.ഇത് കണ്ടിട്ടാണ് അവർ തൊഴിലാളികല്ലാതായി തീർന്നിരിക്കുന്നതെന്ന് ചിലർ പറയുന്നത്. യഥാർത്ഥത്തിൽ ഐ.റ്റി. മേഖലയിലെ തൊഴിലാളികൾ വൻ ചൂഷണത്തിന് വിധേയരാകുന്ന തൊഴിലാളി വർഗ്ഗം തന്നെയാണ്. തൊഴിലാളികളുടെ ഈ ദയനീയീവസ്ഥയിലും ചില പുരോഗമന വാദികൾ പറയുന്നത്, ഇവിടെ തൊഴിലാളികൾ ഇല്ലെന്നും നിർമ്മിത ബുദ്ധി സോഷ്യലിസം കൊണ്ടുവരുമെന്നാണ്.

സോഷ്യലിസം വരണമെങ്കിൽ ഇന്നത്തെ ഉല്പാദനശക്തികൾക്ക് വളരാൻ തടസ്സമായിരിക്കുന്ന മുതലാളിത്ത ഉല്പാദന ബന്ധം അവസാനിപ്പിച്ച് പുതിയ സോഷ്യലിസ്റ്റ് ഉല്പാദനബന്ധം വരണം. അദ്ധ്വാന ശക്തി എന്ന് പറഞ്ഞാൽ അദ്ധ്വാനശേഷിയുള്ള മനുഷ്യനും സാങ്കേതിക വിദ്യകൾ തുടങ്ങിയവയെല്ലാമാണ്. ഈ ഉല്പാദനശക്തിയാണ് സമൂഹത്തിലെ ഏറ്റവും പുരോഗമനവും വിപ്ലവകരവുമായ ശക്തി. മനുഷ്യർ തമ്മിലുള്ള ബന്ധം വിശേഷിച്ചും മുതലാളിയും തൊഴിലാളിയും തമ്മിലുള്ള ബന്ധം ഉല്പാദന ബന്ധമാണ്. ഈ മുതലാളിത്ത

ബന്ധം അദ്ധ്വാന ശക്തികൾക്ക് വളരാൻ കഴിയാതെവരുമ്പോൾ ഉല്പാദന ശക്തികൾ ഉല്പാദന ബന്ധങ്ങൾക്കെതിരെ തിരിയുന്നു. ഇതിലൂടെയാണ് സാമൂഹ്യ വിപ്ലവങ്ങൾ നടന്നിട്ടുള്ളത്. ഇന്നത്തെ ചൂഷക വർഗ്ഗ മുതലാളിത്ത ബന്ധങ്ങൾ തൊഴിലാളി വർഗ്ഗ ഉല്പാദന ശക്തികൾക്ക് വളരാൻ കഴിയാതെ വന്നാൽ അതൊരു വൈരുദ്ധ്യത്തിലും അതൊരു വിപ്ലവകരമായ മാറ്റത്തെയും കൊണ്ടുവരും. അത് സോഷ്യലിസ്റ്റ് വ്യവസ്ഥയായിരിക്കും. അപ്പോൾ നിർമ്മിത ബുദ്ധി (എ.ഐ.) ഉൾപ്പെടെയുള്ള സ്വകാര്യസ്വത്തുക്കൾ വൻകിട കോർപ്പറേറ്റുകളിൽ നിന്നും സ്റ്റേറ്റ് സ്വത്തായി മാറുകയും ചെയ്യും.

കോർപ്പറേറ്റുകൾ നിർമ്മിത ബുദ്ധി ഉപയോഗിച്ച് മനുഷ്യ അദ്ധ്വാനത്തെ ഇല്ലാതാക്കി ലാഭം സ്വന്തമാക്കിയും മനുഷ്യനെ ചിന്തിപ്പിക്കാതെ അവന്റെ തലതരിശിടുന്നെങ്കിൽ സോഷ്യലിസത്തിലും കമ്മ്യൂണിസത്തിലും മനുഷ്യന്റെ ബുദ്ധി എല്ലാ പ്രകാരത്തിലും വളർത്തി അവന്റെ എല്ലാ സർഗാത്മകതയേയും പോഷിപ്പിക്കും വിധം നിർമ്മിത ബുദ്ധിയെ അവന് കീഴ്പ്പെടുത്തി ലാഭം സമൂഹത്തിന്റേതാക്കുകയും ചെയ്യും. വർഗ്ഗസമരത്തെ ഒഴിവാക്കി സോഷ്യലിസവും കമ്മ്യൂണിസവും കൊണ്ടുവരുക സാധ്യമല്ല. നിർമ്മിതബുദ്ധി മനുഷ്യന്റെ അദ്ധ്വാനത്തെകുറക്കുകയോ ഇല്ലാതാക്കുകയോ ചെയ്തേക്കാം. കമ്മ്യൂണിസ്റ്റ് കാലഘട്ടത്തിൽ കാറൽ മാർക്സ് പറഞ്ഞ പോലെ രാവിലെ സാഹിത്യ ചർച്ച നടത്തുകയോ വൈകിട്ട് ചൂണ്ടയിടുകയോ അങ്ങനെ ജീവിതത്തെ ആഹ്ലാദത്താൽ ആറാടുകയോ ചെയ്യാം. ആർട്ട് ഫിഷ്യൽ ഇന്റലിജൻസ് യാഥാർത്ഥ്യമെങ്കിൽ കാറൽ മാർക്സിന്റെ ദർശനവും യാഥാർത്ഥ്യമാകും. എന്തുകൊണ്ടെന്നാൽ മാർക്സിസം ശാസ്ത്രമാണ്.

എനിക്ക് മിണ്ടാതിരിക്കാൻ വയ്യ

റഷ്യൻ ചക്രവർത്തി സ്ഥാനത്തെത്തിയ നിക്കോളാസ് രണ്ടാമന് എതിരെ രോഷാകുലരായ ജനം പ്രക്ഷോഭണം തുടങ്ങിയപ്പോൾ സാഹിത്യകാരനായ ടോൾസ്റ്റോയ് അവരോടൊപ്പം ചേർന്നു. ഇതോടെ ക്രൂദ്ധനായ ചക്രവർത്തി അദ്ദേഹത്തിന്റെ പുസ്തകങ്ങൾ നിരോധിക്കുകയും ഗ്രന്ഥശാലകളിൽ നിന്നും നീക്കം ചെയ്യുകയും ചെയ്തു. അദ്ദേഹത്തിനെപ്പറ്റിയുള്ള വിവരങ്ങൾ പ്രസിദ്ധീ കരിക്കുന്നതിൽ നിന്നും പത്രങ്ങളെ വിലക്കി. എന്നിട്ടും " എനിക്ക് മിണ്ടാതിരിക്കാൻ വയ്യ" എന്ന ലേഖനം അദ്ദേഹം എഴുതുകയും ചെയ്തു.

അമേരിക്കയിൽ വെള്ളക്കാരും കറുത്തവരും സഹോദരങ്ങളെപ്പോലെ ഒന്നിച്ചു കഴിഞ്ഞു കൂടുന്നതിനെപ്പറ്റി "എനിക്കൊരു സ്വപ്നമുണ്ട്" ന്നുപറഞ്ഞ മാർട്ടിൻ ലൂഥർ രണ്ടാമന്റെ ലോക പ്രസിദ്ധ പ്രസംഗത്തിന്റെ നാട്ടിൽ വെളുത്ത വർഗ്ഗത്തിൽപ്പെട്ട പോലീസു കാരൻ ജോർജ് ഫ്ലോയ്ഡ് എന്ന കറുത്തവർഗ്ഗക്കാരന്റെ കഴുത്തിൽ കാൽമുട്ട് അമർത്തി കൊന്നപ്പോൾ കേട്ടാ 'എനിക്ക് ശ്വാസം മുട്ടുന്നു' എന്ന ദീനരോദനം വർണ്ണവെറിക്കെതിരായ അമേരിക്കൻ പ്രക്ഷോഭത്തിന്റെ മുദ്രാവാക്യമായി മാറി. ജനരോക്ഷത്താൽ അമേരിക്കൻ പ്രസിഡന്റ് ട്രംപ് ഒരുമണിക്കൂറോളം രഹസ്യഅറയിൽ കഴിഞ്ഞെന്ന പത്രവാർത്തയും നാം കേട്ടു.

ബുദ്ധനും ഗാന്ധിജിയും ജനിച്ച ഇന്ത്യ മഹാരാജ്യത്ത് ദീനരോദനങ്ങൾ വർധിച്ചുകൊണ്ടിരിക്കുന്നു. ഡൽഹിയിൽ ബലാത്സംഗത്തിൽ കൊല്ലപ്പെട്ട നിർഭയ, യുപിയിലെ ഉന്നാവു പെൺകുട്ടി, ഇപ്പോൾ സുപ്രീം കോടതിയെ പോലും ഞെട്ടിപ്പിച്ച് എന്ന് പരാമർശിക്കപ്പെട്ട ഹാർദ്ര സംഭവം. അങ്ങനെ എത്ര എത്ര എത്ര സംഭവങ്ങൾ.

ഭരണഘടനാ പ്രകാരം മതേതരമായ ഇന്ത്യയിൽ മുസ്ലീങ്ങളെ ഒഴിവാക്കിക്കൊണ്ടുള്ള പൗരത്വനിയമത്തിനെതിരെ, സവർണരുടെ ദളിത് മർദ്ദനത്തിനെതിരെ, ജെ.എൻ.യു ഉൾപ്പെടെ യുള്ള സർവ്വകലാശാലകളിലെ പോലീസ് മർദ്ദനത്തി നെതിരെ,എല്ലാം കോർപ്പറേറ്റുകൾക്ക് ആയി കൊണ്ടുവന്ന കർഷക നിയമം, തൊഴിൽ നിയമം ഇവക്കെതിരായ പ്രക്ഷോഭങ്ങൾ വളർന്നപ്പോൾ അതിൽ പങ്കെടുത്ത രാഷ്ട്രീയ നേതാക്കൾക്കെതിരെ, വിശേഷിച്ചും സിപിഐ, സി .പി.ഐ.എം, സി.പി.ഐ എം എൽ (ലിബറേഷൻ) നേതാക്കളായ സഖാക്കൾ ആനി രാജ, വൃന്ദ കാരാട്ട്, കവിതാ കൃഷ്ണൻ അങ്ങനെ തുടങ്ങിയ നേതാക്കൾക്കെതിരെയും, വാർത്തകൾ റിപ്പോർട്ട് ചെയ്യുന്നമാധ്യമ ങ്ങൾക്കെതിരെയും രാജ്യദ്രോഹക്കുറ്റത്തിന് പോലും

കേസ് എടുക്കുമ്പോൾ, ഇന്ത്യയിലെ ഈ സംഭവങ്ങൾ ഐക്യരാഷ്ട്ര സംഘടന പോലും വിമർശി ക്കുമ്പോൾ മോദി ഭരണത്തിനെതിരെ ഏതൊരാൾക്കും എങ്ങനെ മിണ്ടാതിരിക്കാൻ കഴിയും?. മനസ്സിൽ ഒരു ദേഷ്യം എങ്കിലും ഉണ്ടാകാതെയിരിക്കും?. രാജ്യത്തെ ജനങ്ങൾക്ക് ഭക്ഷണം ഉണ്ടാക്കുന്ന കർഷകരേയും ഉത്പാദനം നടത്തുന്ന തൊഴിലാളികളെയും കോർപ്പറേറ്റുകൾക്ക് ആയി വരിഞ്ഞുമുറുക്കി ചൂഷണത്തിന് ആയി വിട്ടുകൊടുക്കുമ്പോൾ ഫാസിസ്റ്റ് മനസ്സുകൾക്ക് മാത്രമേ ന്യായീകരിക്കാൻ കഴിയൂ.

ടോൾസ്റ്റോയുടെ "എനിക്ക് മിണ്ടാതിരിക്കാൻ വയ്യ " എന്ന വാക്കുകൾ നമ്മെ ഇന്നും ആവേശം കൊള്ളിക്കുന്നു.

2020 ഒക്ടോബർ 08

മഹാകവി കുമാരനാശാൻ ചരമശതാബ്ദി - 2024

മാറ്റുവിൻ ചട്ടങ്ങളെ

പാശ്ചാത്യ രാജ്യങ്ങളിൽ മുതലാളിത്തത്തിന്റെ ഉദയത്തോടെയാണ് ഫ്യൂഡലിസത്തിന് എതിരായി നോവോത്ഥാനം വളർന്നത്.

ഇന്ത്യയിൽ ബ്രിട്ടീഷ് ഭരണത്തോടെ ഉണ്ടായ മുതലാളിത്തത്തിന്റെ ആരംഭവും ഇംഗ്ലീഷ് വിദ്യാഭ്യാസവും ഫ്യൂഡലിസത്തിലെ അന്ധവിശ്വാസത്തിനും അനാചാരങ്ങൾക്കും എതിരായ നവോത്ഥാന ആശയങ്ങൾ വളർന്നുവന്നു. കേരളത്തിൽ ശ്രീനാരായണ ഗുരുവിന്റെ ദർശനം ഉൾക്കൊണ്ടാണ് കുമാരനാശാൻ കവിത രചന നടത്തിയതും പ്രവർത്തിച്ചതും.

മനുഷ്യരെല്ലാം "ഒരു ജാതി" എന്ന ശ്രീനാരായണ തത്വം പ്രയോഗത്തിൽ എത്തിക്കാനായി ആശാൻ "ദുരവസ്ഥയിൽ" ഒരു നമ്പൂതിരി സ്ത്രീയായ സാവിത്രിയെ പുലയനായ ചാത്തനെ കൊണ്ട് വിവാഹം കഴിപ്പിച്ചു. ഇന്നുപോലും ചെയ്യാൻ മടിക്കുന്ന ഒരു കാലഘട്ടത്തിലാണ് ആശാൻ ഈ മിശ്രവിവാഹം നടത്തിയത്. ഭാവി മിശ്രവിവാഹത്തിന്റേത് ആയിരിക്കുമെന്ന് അദ്ദേഹം മുൻകൂട്ടി കണ്ടു. ഒരു ദാർശനിക കവിക്ക് മാത്രമേ ഇങ്ങനെ കാണാൻ കഴിയൂ.

എന്നാൽ ആശാൻ കവിതകൾ ആസ്വദിക്കുന്നവരിൽ ഒരു വിഭാഗം ഇന്നും മിശ്രവിവാഹം എന്ന് കേൾക്കുമ്പോൾ ഛേ! എന്ന് ശബ്ദിക്കുന്നു. മറുവശത്ത് ഗുരുവിന്റെയും ആശാന്റെയും ആശയങ്ങൾ സമൂഹത്തിൽ ഒരു ഭൗതിക ശക്തിയായി തീരുകയും അതിൽ ഊർജ്ജം ഉൾക്കൊണ്ട് എതിർക്കുന്നവരെ പരാജയപ്പെടുത്തിക്കൊണ്ട് ഏറെപേർ മിശ്രവിവാഹം നടത്തി കുടുംബബന്ധങ്ങളിൽ ഒരു വിപ്ലവം തന്നെ നടത്തുന്നു. സമൂഹത്തിൽ നടക്കുന്ന ഈ മാറ്റങ്ങളെ വേണ്ടത്ര വിലയിരുത്തപ്പെട്ടിട്ടില്ല, അല്ലെങ്കിൽ കണ്ടില്ലെന്ന് നടിക്കുന്നു. ഇപ്പോൾ പുരോഗമന ചിന്താഗതിക്കാരായ രക്ഷാകർത്താക്കൾ തന്നെ ഇത്തരം വിവാഹങ്ങൾക്ക് മുൻകൈയെടുക്കുന്നു. ഇവിടെ ശ്രദ്ധിക്കേണ്ട ഒരു കാര്യം, ശ്രീനാരായണഗുരുവിനാലും ആശാനാലും വളർന്നുവന്ന എസ്.എൻ.ഡി.പി. മറ്റ് സമുദായ സംഘടനകളിലേക്ക് മിശ്രവിഹാഹത്തിനായി വിവാഹ പത്രിക മുറിക്കുന്നില്ലെന്നുള്ളതാണ്. എന്നാലും കുമാരനാശാന്റെ സാവിത്രിയും ചാത്തനും ഇന്നും ജീവിക്കുന്നു.പുതിയ പുതിയ സാവിത്രി മാരും ചാത്തന്മാരും വർദ്ധിക്കുന്നു.

കേരളത്തിൽ നവോത്ഥാന ആശയങ്ങളാൽ ഉഴുതുമറിച്ച മണ്ണിലാണ് കമ്മ്യൂണിസ്റ്റ് പാർട്ടിയും ജനകീയ പ്രസ്ഥാനങ്ങളും വളർന്നത്. കമ്മ്യൂണിസ്ററ് പാർട്ടിയുടെ നിരോധനത്തോടുകൂടി ഒളിവിലായ മുന്നോക്ക ജാതിയിലെ കമ്മ്യൂണിസ്റ്റുകൾ താണ ജാതിയിൽപ്പെട്ടവരുടെ കുടിലുകളിൽ ഒളിവിൽ പാർത്തു ഭക്ഷണം കഴിക്കുകയും തിരിച്ച് കുടുംബത്തിൽ കയറിയത് തീണ്ടലിനും തൊടീലിനും ഏറ്റ ഒരു കനത്ത അടിയായിരുന്നു. കൂടാതെ കമ്മ്യൂണിസ്റ്റുകൾ ഉൾപ്പെടെ പുരോഗമന ചിന്താഗതിക്കാരായ പലരും മിശ്രവിവാഹം ചെയ്തും അത് നടത്തിച്ചും മാതൃകകൾ സൃഷ്ടിച്ചപ്പോൾ യുക്തിവാദി നേതാവായിരുന്ന വി.കെ. പവിത്രൻ* നവോത്ഥാനത്തിന്റെ തുടർച്ചയെന്നോണം ഒരു മിശ്ര വിവാഹ സംഘടന തന്നെ ഉണ്ടാക്കിയിരുന്നു. ഈ സംഘടനയുടെ ജാഥയിൽ വിളിക്കാനായി വി.കെ.പവിത്രൻ രചിച്ച മുദ്രവാക്യ ഗാനമാണ്.

"ഞങ്ങളിലില്ല ഹൈന്ദവരക്തം
ഞങ്ങളിലില്ല ക്രൈസ്തവ രക്തം
ഞങ്ങളിൽ ഇല്ല ഇസ്ലാം രക്തം
ഞങ്ങളിൽ ഉള്ളത് മാനവരക്തം"

....

"ചോരകൾ ഒന്നായി കലരട്ടെ
ചോരകൾ ഒന്നായി തീരട്ടെ
സിരയും സിരയും തമ്മിണിലണങ്ങി
സൗഹൃദമെങ്ങും പുലരട്ടെ"

ഇത്തരത്തിലുള്ള മിശ്രവിവാഹത്തിലൂടെ മാത്രമേ ജാതിയെ ഇല്ലാതാക്കാൻ കഴിയൂ എന്നാണ് കുമാരനാശാൻ നമ്മളെ പഠിപ്പിക്കുന്നത്. ചാതുർവർണ്യ പുനസ്ഥാപനത്തിന്റെ ഈ ഘട്ടത്തിൽ കുമാരനാശാൻ കവിതകൾക്ക് ഏറെ പ്രാധാന്യമാണുള്ളത്.

2025 ജനുവരി 16

** വി.കെ. പവിത്രന്റെയും ജന്മശദാബ്ദി വർഷമായിരുന്നു 2024*

ശിവഗിരിയിലെ മുഴക്കം നിലയ്ക്കരുത്

ശിവഗിരി തീർത്ഥാടന സമ്മേളനത്തിൽ ശ്രീനാരായണ ധർമ്മ സംഘം പ്രസിഡന്റ് സ്വാമി സച്ചിദാനന്ദയുടേയും കേരള മുഖ്യമന്ത്രി പിണറായി വിജയന്റെയും പ്രസംഗം സനാതന മൂല്യങ്ങൾക്കെതിരേ എന്ന നിലയിൽ വലിയ ചർച്ച ഉണ്ടായിരിക്കുന്നു.

ധർമ്മക്ഷേത്രമായ കുരുക്ഷേത്ര മൈതാനിയിൽ യുദ്ധത്തിനായി കൗരവരും പാണ്ഡവരും ഇരുവശങ്ങളിലും അണിനിരുന്നതിന്റെ മധ്യത്തിൽ വെള്ളക്കുതിരകളെ പൂട്ടിയ തേരിൽ ചെന്ന് നിന്ന് അർജ്ജുനൻ ഇരുവശത്തും അണിനിരന്നിരുന്ന വരെ കണ്ടിട്ട് ശ്രീകൃഷ്ണനോട് പറഞ്ഞു. "പിതാക്കന്മാരെയും മുത്തച്ഛൻമാരെയും അമ്മാവൻമാരെയും സഹോദരങ്ങളേയും പുത്ര പൗത്രാദികളെയും യുദ്ധത്തിൽ കൊന്നാൽ കുലധർമ്മങ്ങൾ കുലനാശത്താൽ നശിക്കും. ധർമ്മം നശിച്ച് കുലസ്ത്രീകൾ ദുഷിച്ച് പോവുകയും അപ്പോൾ വർണ്ണസങ്കരം (ചാതുർവർണ്യം) സംഭവിക്കുകയും ചെയ്യും". ഇതു പറഞ്ഞു കരഞ്ഞ് ചുവന്ന കണ്ണുകളുമായി എന്തുചെയ്യണമെന്ന് അറിയാതെ അർജ്ജുനൻ തേർ തട്ടിൽ തളർന്നിരുന്നു.

അപ്പോൾ ശ്രീകൃഷ്ണൻ അർജ്ജുനനോട് പറഞ്ഞു "നീ ക്ഷത്രിയനാണ് അധർമ്മങ്ങളിൽ നിന്നും ധർമ്മത്തെ രക്ഷിക്കുക എന്നത് നിന്റെ കടമയാണ്, ക്ഷത്രിയനെ സംബന്ധിച്ചിടത്തോളം ഇത് ശ്രേയസ്കരമാണ് എന്നാണ്". ഇവിടെ അതുവരെ നിലനിന്ന കുലധർമ്മത്തിന്റെ പക്ഷത്ത് അർജ്ജുനനും പുതുതായി രൂപംകൊണ്ട ചാതുർവർണ്ണത്തിന്റെ വക്താവായി ശ്രീകൃഷ്ണനും തമ്മിൽ നടത്തിയ സംവാദത്തിന്റെ കാതലാണിത്. ഈ സംവാദ ഏറ്റുമുട്ടലിൽ ശ്രീകൃഷ്ണൻ ജയിച്ചെങ്കിലും കുലധർമ്മവും ചാതുർവർണ്യവും കൂടിക്കലർന്ന സനാതന ധർമ്മങ്ങൾ ഇന്നും നിലനില്ക്കുന്നതിനെതിരെയുള്ള ഏറ്റവും ഒടുവിലത്തെ മുഴക്കമാണ് നാം ശിവഗിരിയിൽ നിന്നും കേട്ടത്

ദ്രാവിഡ സംസ്കാരം മുതൽ ആരംഭിച്ചതാണ് കുലധർമ്മം. ഈ കുലധർമ്മത്തിൽ ഉച്ചനീചത്വങ്ങളും സ്വത്തസമത്വങ്ങളും ഇല്ലായിരുന്നു. എന്നാൽ ചാതുർവർണ്യത്തിൽ ഉച്ചനീചത്വങ്ങളും കീഴാള മേലാള ബന്ധവുമാണ് ഉണ്ടായിരുന്നത്. ഇത് ഇന്ത്യൻ അടിമത്തത്തിന്റെ തത്ത്വശാസ്ത്രമാണ്.

ഈ അടിമത്ത ചാതുർവർണ്യ തത്വശാസ്ത്രത്തിന്റെ കൊടുംക്രൂരതകൾക്കെതിരെ ബുദ്ധ ജൈന മതങ്ങൾ പിന്നീട് രൂപം കൊണ്ടു. അത് മറ്റൊരു ധർമ്മത്തെ കൊണ്ടുവന്നു. ഈ പുത്തൻ ധർമ്മവും

ചാതുർവർണ്ണ്യവും തമ്മിലുള്ള ഏറ്റുമുട്ടലുകൾ പിന്നെയും തുടർന്നു.

ബുദ്ധമതങ്ങൾക്ക് ജീർണ്ണത ബാധിച്ചപ്പോൾ അതിനെതിരെ ശൈവ വൈഷ്ണവ സിദ്ധർ പോരാട്ടം നടത്തി. ഈ പോരാട്ടമാണ് തെക്കേ ഇന്ത്യയിൽ ഹിന്ദുമതത്തെ ശക്തിപ്പെടുത്തിയത്. കാലും കയ്യും വെട്ടിയ ബുദ്ധ പ്രതിമകൾ ഇപ്പോഴും പലയിടങ്ങളിലും കാണാം. എട്ടാം നൂറ്റാണ്ടിൽ അറബികൾ ഇന്ത്യയിൽ വന്നതോടെ യാണ് ഹിന്ദുമതം എന്ന വാക്ക് തന്നെ കേൾക്കാൻ തുടങ്ങുന്നത് എന്ന് ചരിത്രകാരന്മാർ രേഖപ്പെടുത്തുന്നു. സാമൂഹ്യവ്യവസ്ഥയുടെ വളർച്ചയിൽ രൂപപ്പെട്ട നാടുവാഴിത്ത തത്വശാസ്ത്രമായി ചാതുർ വർണ്ണ്യമൂല്യത്തിൽ അധിഷ്ഠിതമായ ഹിന്ദുമതം നിലകൊണ്ടു.

നാടുവാഴിത്തത്തിന്റെയും ചാതുവർണ്ണ്യ സംസ്കാരത്തിന്റെയും ക്രൂരതകൾക്കെതിരെ പിന്നീട് ഭക്തി പ്രസ്ഥാനം വളർന്നുവന്നു. ഈ പ്രസ്ഥാനത്തിൽ കച്ചവടക്കാരും കൈവേലക്കാരും മറ്റ് പാവപ്പെട്ടവ രും അണിനിരന്നു. കൂടുതൽ നേതാക്കളും ഇവരിൽ നിന്നുണ്ടായി. ഇതിന്റെ തുടർച്ചയെന്നോണം ഹിന്ദുമതം ഉയർത്തിപ്പിടിച്ച സനാതനെ മൂല്യങ്ങളായ അന്ധവിശ്വാസത്തിനും അനാചാരങ്ങൾക്കും എതിരെ നവോത്ഥാന പ്രസ്ഥാനം പത്തൊമ്പതാം നൂറ്റാണ്ടിൽ വളർന്നുവന്നു.

ഇതൊക്കെ കൂടാതെ ഭൗതികവാദവും പരിണാമ സിദ്ധാന്തവും അദ്വൈതവാദവും എല്ലാം ഇന്ത്യൻ തത്വശാസ്ത്രത്തിന്റെ വിവിധ ധാരകളായി വളർന്നു വന്നിട്ടുണ്ട്. ഈ ധാരകളിലെ പുരോഗമന വശങ്ങളിലെ തുടർച്ചയാണ് ഇന്നത്തെ പുരോഗമന പ്രസ്ഥാനങ്ങ ളും കമ്മ്യൂണിസ്റ്റ് പാർട്ടികളും. ഇതിന്റെയെല്ലാം മറുവശത്ത് കുരു ക്ഷേത്രയുദ്ധം മുതൽ ശിവഗിരിവരെയും ചാതുർവർണ്യത്തിന്റെ സനാതന വാദികൾ ഏറ്റു മുട്ടി. ഓരോ ചരിത്ര ഘട്ടത്തിലും പുരോ ഗമനനവാദികൾ നടത്തിയിട്ടുള്ള ഏറ്റുമുട്ടലിന്റെ ഫലമാണ് ഇന്ന ത്തെ പരിഷ്കാരം.

ഈ പോരാട്ടങ്ങളിൽ ശ്രീനാരായണഗുരു വളരെ വ്യത്യസ്തനാ കുന്നു. എന്തുകൊണ്ടെന്നാൽ തപസ്സിൽ നിന്നും മാറി ഹിന്ദുമത ത്തിലെ സനാതന മൂല്യങ്ങളെ മറികടന്ന് അരുവിപ്പുറത്ത് വിഗ്രഹ പ്ര തിഷ്ഠ നടത്തുകയും അവിടെ ഒരു കൂലിവേലക്കാരനെ ശാന്തിക്കാ രൻ ആയി നിയമിക്കുകയും, പിന്നീട് ശിവഗിരിയിൽ അമ്പലത്തിന് പകരം ഒരു മഠം സ്ഥാപിച്ച് ശാരദ പ്രതിഷ്ഠ നടത്തി അവിടെ നിവേ ദ്യമായി വെറും പൂവും വെള്ളവും മാത്രം ആക്കുകയും ചെയ്തു. അതിനുശേഷം കണ്ണാടി പ്രതിഷ്ഠകൾ നടത്തി അങ്ങനെ ഓരോ ന്നിനെയും നിഷേധിച്ച് നിഷേധത്തിന്റെ നിഷേധത്തിലൂടെ ജാതിമ തങ്ങളിൽ നിന്ന് തന്നെ മോചിതനായി, ഇനി അമ്പലമുണ്ടാക്കാതെ വിദ്യകൊണ്ട് പ്രബുദ്ധരാകുക എന്ന് ജനങ്ങളെ ആഹ്വാനം ചെയ്തു

എന്നുള്ളതാണ് ശ്രീനാരായണ ഗുരുവിനെ വ്യത്യസ്തനാക്കുന്നത്. ഇങ്ങനെ സനാതന മൂല്യങ്ങൾക്ക് എതിരെ ആധുനികനായി നില കൊണ്ട് ശ്രീനാരായണ ഗുരു എങ്ങനെ ഹിന്ദു സനാതന വാദിക ളുടെ ഭാഗമാകും.

മാർക്സ് പറഞ്ഞത് ഓർക്കുക "മതം ചങ്ങലകളിൽ സൗരഭ്യം ഉള്ള വർണ്ണ പുഷ്പങ്ങൾ കോർത്ത് മനുഷ്യന്റെ കാലുകൾ ബന്ധിച്ചി രിക്കുകയാണ്. " ഈ സൗരഭ്യം ഉള്ള വർണ്ണ പുഷ്പങ്ങളെ എടുത്തു കൊണ്ട് ചങ്ങലക്കെട്ടുകൾ പൊട്ടിക്കുകയാണ് നാം ചെയ്യേണ്ടത്. ഇന്നത്തെ നിർമ്മിതി ബുദ്ധികാലഘട്ടത്തിൽ അന്ധവിശ്വാസത്തിൽ നിന്നും അനാചാരങ്ങളിൽ നിന്നും അതിന്റെ പ്രത്യശാസ്ത്രങ്ങളിൽ നിന്നും നമ്മുടെ മനസ്സിനെ സ്വതന്ത്രമാക്കുക.

2025 ജനുവരി 04

മാറിക്കൊണ്ടിരുന്ന ശ്രീനാരായണ ഗുരുവും, മാറാത്ത നാരായണീയരും

ആധുനിക കേരളത്തിന് അടിസ്ഥാനമിട്ട നവോത്ഥാന നായകരിൽ പ്രധാനിയായ ശ്രീനാരായണ ഗുരുവിന്റെ ജന്മനക്ഷത്രമാണ് ചതയം.

ശ്രീ നാരായണഗുരു "അറിവാകുന്ന" ദൈവത്തെത്തേടി സഹ്യപർവതത്തിലെ വൻ പാറക്കൂട്ടങ്ങൾ ഉള്ള ദുർഘടവഴികൾ താണ്ടി ഇതിഹാസ പ്രസിദ്ധമായ മരുത്വമയിലെ പിള്ളത്തട ഗുഹയിൽ തപസ്സിരുന്നുകൊണ്ടാണ് അദ്ദേഹത്തിന്റെ ആത്മീയ ജീവിതത്തെ ശക്തിപ്പെടുത്തിയത്. എന്നാൽ മറ്റു തപസ്വികളെ പോലെ ശ്രീനാരായണ ഗുരു അദ്ദേഹത്തിന്റെ തപസ്സ് ജീവിതാവസാനം വരെ തുടരാതെ "കെട്ടില്ലാത്തോരും, തമ്മിലുണ്ണാത്തോരും, ദൃഷ്ടിയിൽ പെട്ടാൽ ദോഷമുള്ളോരുമായ" സർവ്വർക്കും വേണ്ടിയുള്ള സാമൂഹിക പ്രായോഗിക പ്രവർത്തനങ്ങളിൽ ഏർപ്പെടുകയാണ് ചെയ്തത്.

ഇതിന്റെ ഭാഗമായിരുന്നു കൊല്ലവർഷം 1063 ലെ ശ്രീനാരായണ ഗുരുവിന്റെ അരുവിപ്പുറം ക്ഷേത്രപ്രതിഷ്ഠ. അവർണർക്ക് നിഷിദ്ധമായിരുന്ന പ്രതിഷഠാകർമ്മം ദൈവകോപം എന്ന വിശ്വാസ ആചാരത്തെ വെല്ലുവിളിച്ചു കൊണ്ട് നടത്തുകയും, അവിടെ ഒരു കൂലിവേലക്കാരനെ ശാന്തിക്കാരനായി നിയോഗിച്ചുകൊണ്ട് സമാധാനപരമായ വിപ്ലവം നടത്തി.

പിന്നീട് വർക്കലയിലെ ശിവഗിരിയിൽ കൊല്ലവർഷം ആയിരത്തി എൺപത്തിയേഴിൽ ശാരദാമഠം സ്ഥാപിച്ചപ്പോൾ ക്ഷേത്ര രീതിക്ക് തന്നെ അദ്ദേഹം മാറ്റം വരുത്തി. ക്ഷേത്രത്തിനു പകരം മഠം ആയി. ഇരുളടഞ്ഞ ശ്രീകോവിലിനു പകരം വെളിച്ചത്ത് ചെന്താമരയിൽ ഇരിക്കുന്ന ശാരദയെ നാം കണ്ടു. ഇവിടെ ക്ഷേത്ര സംബന്ധമായ നിവേദ്യങ്ങളോ, പൂജയോ ഒന്നും വേണ്ടെന്നുവച്ചു. ശാരദയ്ക്ക് വെള്ളവും പൂവും മാത്രം. ഇങ്ങനെയൊക്കെ ഗുരു മറ്റൊരു മാറ്റത്തിൽ എത്തി.

ഗുരു പെരിയാറിന്റെ തീരത്ത് ആലുവയിൽ ക്ഷേത്രത്തിനും മഠത്തിനും പകരം അദ്വൈതാശ്രമം സ്ഥാപിച്ചുകൊണ്ട് മറ്റൊരു മാറ്റത്തിലേക്ക് വന്നു. ശ്രീനാരായണഗുരു അവസാനം വൈക്കം ഉല്ലല ഓങ്കാര ക്ഷേത്രത്തിൽ ഭാരവാഹികൾ ഉദ്ദേശിച്ച വിഗ്രഹം പ്രതിഷ്ഠിക്കാതെ കണ്ണാടി പ്രതിഷ്ഠയാണ് നടത്തിയത്. ഇങ്ങനെ ഗുരു അരുവിപ്പുറത്ത് ക്ഷേത്രപ്രതിഷ്ഠയിൽ തുടങ്ങി പല മാറ്റങ്ങളിലൂടെ അവസാനം കണ്ണാടി പ്രതിഷ്ഠയിൽ അവസാനിച്ചു. എന്നിട്ട് ഇനി

യുള്ള കാലത്ത് ക്ഷേത്രങ്ങളുടെ സ്ഥാനത്ത് വിദ്യാലയങ്ങൾ ഉണ്ടാക്കാനും അങ്ങനെ വിദ്യകൊണ്ട് പ്രബുദ്ധരാകാനും ശ്രീനാരായണ ഗുരു നമ്മെ ഉപദേശിച്ചു.

എന്നാൽ ശ്രീനാരായണീയരാകട്ടെ വിദ്യ അഭ്യസിച്ചെങ്കിലും ബഹുഭൂരിപക്ഷവും ശ്രീനാരായണ തത്വചിന്തകളാൽ പ്രബുദ്ധരായില്ല. അവർ ബ്രാഹ്മണിക്കൽ പൂജയിൽ വിശ്വാസം അർപ്പിച്ച് യാഥാസ്ഥിതികരായി വളരുന്നു. ഈഴവന്റെ ക്ഷേത്രങ്ങളിൽ ബ്രാഹ്മണർ പൂജ നടത്തണമെന്നായി. അവരുടെ ജീവത ബ്രാഹ്മണർ തന്നെ എടുക്കണമെന്ന് നിർബന്ധം പിടിക്കുന്നു. എന്തിനിപ്പോൾ ബ്രാഹ്മണ തത്വശാസ്ത്ര നേതൃത്വത്തിന്റെ പിന്നാലെ പോകുന്നതിൽ മഹത്വം കൊള്ളുന്നു. മറുവശത്ത് ബ്രാഹ്മണിക്കൽ തത്വകർ ഗുരുവിനെ സ്വന്തമാക്കാനും ശ്രമിക്കുന്നു.

ഗുരു ആകട്ടെ ഒന്നിനെ നിഷേധിച്ച് മറ്റൊന്നിലേക്കും അതിനെയും നിഷേധിച്ച് വേറൊന്നിലേക്കും അങ്ങനെ നിഷേധത്തിന്റെ നിഷേധത്തിലൂടെ അവസാനം 1916ൽ നമുക്ക് ജാതിയില്ലന്ന് വിളംബരം ചെയ്തു കൊണ്ട് എല്ലാ ജാതിമതക്കെട്ടുകളിൽ നിന്നും സ്വയം സ്വതന്ത്രമാകുകയാണ് ചെയ്തു.

ഈ നിലയിൽ ജാതിയും മതവും ഉപേക്ഷിച്ച ശ്രീനാരായണ ഗുരുവിനാൽ സ്ഥാപിക്കപ്പെട്ട എസ്.എൻ.ഡി.പി നേതൃത്വം ഇന്ന് ജാതി പറയുന്നതിൽ അഭിമാനം കൊള്ളണമെന്ന് പറഞ്ഞ് ഗുരു തത്വങ്ങളെ തലകീഴാക്കിയിട്ടിരിക്കുന്നു. എന്നാൽ ശ്രീനാരായണ തത്വങ്ങൾ ഉൾക്കൊണ്ട യുവതീ യുവാക്കൾ ജാതിയും മതവും നോക്കാതെ പ്രേമ വിവാഹിതരാകുന്നു. ഇത് ജാതി മത യാഥാസ്ഥിതികതക്കെതിരെ സമൂഹത്തിലൊരു വിപ്ലവമായിത്തന്നെ മാറുന്നു. എന്നാൽ ഇത് വേണ്ടത്ര വിലയിരുത്തപ്പെടുന്നില്ല.

അവകാശങ്ങൾ നേടിയെടുക്കാൻ ചരിത്ര പരമായ സമരങ്ങൾക്ക് നേതൃത്വം നൽകിയിട്ടുള്ള എസ്.എൻ.ഡി.പി നേതൃത്വം ഇന്ന് ചാഞ്ഞും ചരിഞ്ഞും മെയ് വഴക്കത്തിലൂടെ ആടി ആടി രാഷ്ട്രീയാഭിപ്രായങ്ങൾ പറയുന്നു. ന്യൂനപക്ഷങ്ങൾ പലതും നേടിയെടുക്കുന്നതിനെ പറ്റി പഴി പറയുന്നു. സംഘടിച്ച് ശക്തരാക്കുക എന്ന ഗുരു വചനം ഉൾക്കൊണ്ട് എസ്.എൻ.ഡി.പി. നേതൃത്വം അവകാശ ങ്ങൾക്കായി സമരം പോരാട്ടങ്ങൾക്ക് എന്തുകൊണ്ട് നേതൃത്വം നൽകുന്നില്ല.?

ഇന്ത്യൻ രാഷ്ട്രീയത്തിൽ പിന്നോക്ക പട്ടികജാതി പട്ടികവർഗ്ഗങ്ങൾ തങ്ങളുടെ മേലുള്ള ചൂഷണത്തിനും മർദ്ദനത്തിനുമെതിരെയും അവകാശങ്ങൾക്ക് വേണ്ടിയും നല്ലൊരു പങ്ക് വഹിക്കുന്നുണ്ട്. ഇതുപോലുള്ള സമരങ്ങൾ സംഘടിപ്പിക്കാനും നേതൃത്വം നൽകാനും

എസ്.എൻ.ഡി.പി തയ്യാറാവുകയാണ് വേണ്ടത്. ഹിന്ദുത്വ വാദികളുടെ സനാതന ധർമ്മങ്ങളിൽ നിന്നും ഊർജ്ജം ഉൾക്കൊള്ളാനല്ല , ശ്രീനാരായണ തത്വങ്ങളിൽ ഊർജ്ജം ഉൾക്കൊണ്ടു എസ്.എൻ.ഡി.പി അതിന്റെ ഊർജ്ജവും പ്രസരിപ്പും വീണ്ടെടുക്കണം.

2024 ആഗസ്റ്റ് 19

സൗന്ദര്യത്തിന്റെ നിറം വെളുപ്പോ?

"മോഹിനിയാട്ടം ആടുന്നത് എല്ലാംകൊണ്ടും മോഹിനിയായിരിക്കണം. കാലുകൾകവച്ചുവെച്ച് പുരുഷന്മാർ അവതരിപ്പിക്കുന്നത് പോലൊരു അരോചകം വേറെയില്ല. സൗന്ദര്യം ഉള്ളവർ ഉണ്ട്. ഇയാളെ കണ്ടു കഴിഞ്ഞാൽ ദൈവവും പെറ്റ തള്ള പോലും നോക്കില്ല". മനുഷ്യരുടെ കറുപ്പ് നിറത്തെപ്പറ്റിയുള്ള കലാ മണ്ഡലം സത്യഭാമയുടെ സൗന്ദര്യ പ്രകടനമാണിത്. (2024 മാർച്ച് 22. പത്ര വാർത്ത).

സൗന്ദര്യത്തിന്റെ നിറം വെളുപ്പാണെങ്കിൽ പ്രമുഖ നർത്തകൻ ആർ.എൽ.വി രാമകൃഷ്ണന്റെ ജേഷ്ഠൻ കറുത്ത നിറമുള്ള കലാഭവൻ മണി വന്നിരുന്നിടത്ത് വളരെയധികം ജനങ്ങൾ പങ്കെടുത്തിരുന്നത് എന്തുകൊണ്ട്? വെളുത്ത നിറമുള്ള കലാമണ്ഡലം സത്യഭാമ വരുന്നിടത്ത് അത്രത്തോളം ആളുകൾ പങ്കെടുക്കാതിരിക്കുന്നത് എന്തുകൊണ്ട്?. അപ്പോൾ കലയിലെ സൗന്ദര്യം നിറമല്ല. ഇന്ത്യയിൽ കറുപ്പ് നിറത്തിന്റെ മേൽ വെളുപ്പിന്റെ ആധിപത്യം ഉറപ്പിക്കാൻ തുടങ്ങിയത് ആദ്യ ദ്രാവിഡ സംസ്കാരത്തിന്റെ മേൽ ആര്യ സംസ്കാരം സ്ഥാപിക്കാൻ തുടങ്ങിയതോടെയാണ്. വെളുപ്പ് ആര്യന്റെ (ശ്രേഷ്ഠം) നിറവും ദ്രാവിഡന്റെ കറുപ്പ് (മ്ലേച്ഛ) നിറവുമായി.

ഇതിനു മുമ്പ് തന്നെ കല ആരംഭിച്ചിരുന്നു. പരിണാമ പ്രക്രിയയിലൂടെ വളർന്ന മനുഷ്യൻ മൃഗങ്ങളിൽ നിന്നും വേർതിരിയുന്നത് അവൻ പണിയായു ധങ്ങൾ ഉണ്ടാക്കാൻ തുടങ്ങിയ തോടെയാണ്. പണിയായുധങ്ങൾക്ക് അവൻ രൂപവും ഭംഗിയും നൽകി. അത് കലയായി വികസിച്ചു. മനുഷ്യന്റെ അധ്വാനമാണ് മറ്റെന്തന്നതു പോലെ സൗന്ദര്യത്തെയും സൃഷ്ടിക്കുന്നത്.

മനുഷ്യസമുദായ വളർച്ചയിൽ മനുഷ്യർ വർഗ്ഗങ്ങളായി വേർതിരിഞ്ഞതോടെ കായിക അധ്വാനത്തിൽ ഏർപ്പെട്ടവർ സമുദായത്തിലെ എല്ലാ അംഗങ്ങളെയും പോറ്റേണ്ടിവന്നു. ഈ അധ്വാനത്തിൽ പ്രകൃതിയാൽ അവർ കറുത്തവരായി, മ്ലേച്ചരായി, സൗന്ദര്യം ഇല്ലാത്തവരായി.

മാനസിക അധ്വാനത്തിൽ ഏർപ്പെട്ടവർ തത്വശാസ്ത്രത്തിലും കലയിലും എല്ലാം ഏർപ്പെട്ടു. ചൂഷകർ എല്ലാ സുഖഭോഗങ്ങളിലും ആറാടി. ആ സുഖലോലുപതയ്ക്കായി ലൈംഗികചേഷ്ടകളെ കൈമുദ്രകളാൽ കാണിച്ച് ആസ്വദിക്കുന്നതാണ് സത്യഭാമ പറയുന്നതു പോലെ ഏറെയും മോഹനി യാട്ടത്തിൽ ഉള്ളത്. കൈമുദ്രയായതിനാൽ ഈ ലൈംഗികത സാധാരണക്കാർക്ക് മനസ്സിലാകില്ല. എന്നാൽ ഇത് കലയാണ്.

ഇത്തരത്തിലൊക്കെ കലയും നിറവും വംശീയപരമായും വർഗ്ഗ പരമായും ബന്ധപ്പെട്ട് നിൽക്കുന്നു. വർഗ്ഗ ആശയങ്ങൾ തമ്മിലുള്ള ഏറ്റുമുട്ടലും നടക്കുന്നു. ഇതിന്റെ തുടർച്ചയാണ് ഇപ്പോഴത്തെ കറു പ്പിന്റെ വെറുപ്പ്.

വെളുപ്പാണ് സൗന്ദര്യത്തിന്റെ ലക്ഷണം എന്ന് കാണുന്നവരോട് ഒരു ചോദ്യം.? കാണാൻ അഴകുള്ള ആരാലും ആകർഷിക്കപ്പെടുന്ന, സൗന്ദര്യം തുളുമ്പുന്ന ഒരു വെളുത്ത പൂവിന് ദുർഗന്ധം ഉണ്ടെങ്കിൽ ആ പൂവിന്റെ സൗന്ദര്യം ആസ്വദിച്ചുകൊണ്ടൊരു ചുംബനം ആരെ ങ്കിലും നൽകുമോ?.

സൗന്ദര്യത്തിന്റെ ലക്ഷണം കറുപ്പോ വെളുപ്പോ അല്ല. എല്ലാ നിറങ്ങ ൾക്കും സൗന്ദര്യമുണ്ട് അത് ആപേക്ഷികമാണ്. ഒരു ജനാധി പത്യ രാജ്യത്ത് എല്ലാ നിറങ്ങളും തിളങ്ങട്ടെ. ഈ നിറങ്ങളുടെ മേൽ വെളുപ്പിന്റെ മേൽക്കോയ്മ അനുവദിക്കുക സാധ്യമല്ല.

2024 മാർച്ച് 12

ആഗോളീകരണ കാലത്തെ പരസ്യ കലയിലെ സ്ത്രീ

മുതലാളിത്തം വളർന്ന് ആഗോള മൂലധനവും വിപണിയും ഒന്ന് ചേർന്ന് തങ്ങളുടെ ഉൽപ്പന്നങ്ങൾ വിറ്റഴിക്കാനായി ഒറ്റക്കാഴ്ചയിലും കേൾവിയിലും മനസ്സിൽ പതിയത്തക്ക ഒരു പരസ്യകലയെ അത് വളർത്തി. മുതലാളിത്തത്തിൽ പരസ്യം ഇല്ലാത്ത ഉൽപ്പന്നം ഇല്ല. പരസ്യങ്ങളിലൂടെ മനുഷ്യ ശരീരത്തെ മുതലാളിയുടെ മറ്റെല്ലാ ചരക്കും പോലെ ഒരു ചരക്കാക്കി ദ്വയാർത്ഥ പ്രയോഗങ്ങളിലൂടെയുള്ള കൊച്ചുവർത്തമാനങ്ങളിലൂടെയും തൊട്ടും പിടിച്ചും അടിവസ്ത്രമിട്ട് കാണിപ്പിച്ചും കാമോദ്ദീപകമാക്കി തങ്ങളുടെ ഉൽപ്പന്നങ്ങൾ വിറ്റഴിക്കുന്നു.

എത് വസ്ത്രമാണ് ധരിക്കേണ്ടതെന്നു നാം ഓരോരുത്തരും ആണ് തീരുമാനിക്കുന്നതെങ്കിലും, മുതലാളിത്തം ആണ് ഫാഷൻ കൊണ്ടുവരുന്നത്. നമ്മൾ അത് ധരിക്കുന്നു. പുളിയിലക്കര മുണ്ടില്ലാതായി. ഇപ്പോൾ ഏത് കര ഉടുക്കണം എന്ന് എപ്പോഴും പരസ്യം നമ്മെ ഓർമ്മിപ്പിക്കുന്നു. ഇതേപോലെ സാരിയിൽ നിന്നും ചുരിദാറിലേക്കും വിവിധതരം ടോപ്പിലേക്കും പരസ്യം ഡ്രസ്സിനെ മാറ്റുന്നു. ഈ നിലയിൽ മാറാത്തവരെ പഴഞ്ചൻ ആക്കുന്നു.

മുതലാളിത്തവും കമ്മ്യൂണിസ്റ്റുകാരും ഇഷ്ടപ്പെട്ട വസ്ത്രം ധരിക്കുന്നതിനായി നിലകൊള്ളുന്നെങ്കിലും മുതലാളിത്തം കാമോദ്ദീപകമായ സൗന്ദര്യത്തിനായി ആണ് നിലകൊള്ളുന്നത്. കമ്മ്യൂണിസ്റ്റുകാരാകട്ടെ സ്ത്രീകളുടെ മേലുള്ള ഫ്യൂഡൽ പുരുഷാധിപത്യത്തിനെതിരെയുള്ള സ്ത്രീ സ്വാതന്ത്ര്യത്തിനായും നിലകൊള്ളുന്നു.

ഏതൊരു സ്ത്രീയും ഇഷ്ടപ്പെട്ട വസ്ത്രം ധരിക്കുന്നതിനും തങ്ങളുടെ അനുവാദം ഇല്ലാതെയുള്ള സ്പർശനത്തിനും കൊച്ചുവർത്തമാനം പറയുന്നതിനെതിരായും സമരോത്സകം ആകുമ്പോൾ തന്നെ, സമ്പന്നരെ സുഖകരം ആക്കുന്നതിന് തങ്ങളുടെ ശരീരത്തെ ചരക്കാക്കി വിപണിയാക്കുന്ന സംസ്കാരമില്ലാത്ത മുതലാളിത്ത പരസ്യ അഭിനയത്തിനെതിരെ സ്വയം പ്രതിരോധ നിര സൃഷ്ടിക്കുകയും കൂടി വേണം. ഒപ്പം സമൂഹവും.

2025 ജനുവരി 10

സിനിമയിലെ വനിതാ താരങ്ങളുടെ പോരാട്ടം വിജയിക്കട്ടെ

സിനിമയിലെ വനിതാ താരങ്ങൾക്കുമേൽ ഉണ്ടായിട്ടുള്ള ലൈംഗിക അതിക്രമങ്ങൾ ക്കെതിരെ വനിതാ താരങ്ങൾ നടത്തിയ തുറന്നുപറച്ചിൽ ഒരു വിപ്ലവം തന്നെ സൃഷ്ടിച്ചിരിക്കുന്നു. ഇതിന്റെ ഫലമായി സിനിമയിലെ ആകാശ നീലമിയിൽ മിന്നിത്തിളങ്ങിയിരുന്ന പുരുഷതാരങ്ങൾ കരുവാളിച്ച മുഖത്തോടെ നിലം തൊട്ടു. സിനിമയെ തകർ ക്കരുതെന്നും അതിനെ നിലനിർത്തണമെന്നും നായകർ ജനങ്ങളോട് കേണപേക്ഷിക്കുന്നു.

ഉണ്ണിയാർച്ച സിനിമയിൽ, കൂത്തു കാണാൻ പോകണമെന്ന് നിർബന്ധം പിടിക്കുന്ന ഉണ്ണിയാർച്ച ഭർത്താവ് കുഞ്ഞുരാമനോട് ചോദിക്കുന്നത് " ആണിന്റെ തുണയില്ലാതെ പെണ്ണിന് പെരുവഴി നടക്കുന്നതിന് ജീവൻ കളഞ്ഞ ചേകോത്തിയെ കുറിച്ച് അഭിമാനമില്ലേ എന്നാണ്... പെണ്ണിന് പേറിനും പിറപ്പിനും അപ്പുറത്ത് ഒന്നുമില്ലേ " എന്നാണ്. ഇതിലൂടെ ആരുടെയും തുണയില്ലാതെ വഴി നടക്കാനുള്ള സ്ത്രീ സ്വാതന്ത്ര്യ പോരാട്ടത്തെ ഉയർത്തിപ്പിടിക്കുകയായിരുന്നു ഉണ്ണിയാർച്ച.

എന്നാൽ ഇപ്പോൾ സിനിമയിൽ ആൺ കോയ്മയും കോർപ്പറേറ്റ് വൽക്കരണവും വന്നതോടെ സിനിമ വിപണിക്കനുസൃതമാകുകയും ലക്ഷ്യം ലാഭവും ആയതോടെ "വെള്ളമടിച്ച് പാതിരായ്ക്ക് വീട്ടിൽ വന്നു കയറുമ്പോൾ ചെരുപ്പ് ഊരി കാലു മടക്കി ചുമ്മാതൊഴിക്കാനും തുലാവർഷ രാത്രിയിൽ ഒരു പുതപ്പിനുള്ളിൽ സ്നേഹിക്കാനും എന്റെ കുഞ്ഞുങ്ങളെ പോറ്റി വളർത്താനും ഒടുവിൽ മരിക്കുമ്പോൾ നെഞ്ച് തല്ലി കരയാൻ എനിക്കൊരു പെണ്ണു വേണം" എന്ന് നായകൻ സമൂഹത്തോട് പറഞ്ഞ് സ്ഥാപിക്കാൻ ശ്രമിക്കുന്നതുപോലുള്ള ഡയലോഗുകൾ ആണ് നാം കേൾക്കുന്നത്. സിനിമയിൽ സ്ത്രീകളോടുള്ള കാഴ്ചപ്പാട് ഇത്തരത്തിലുള്ളതാണോ വേണ്ടത്?

സിനിമ മേഖലയിലെ ലൈംഗിക ആരോപണം സമൂഹത്തിന്റെ മറ്റു മേഖലകളിൽ നടക്കുന്നതിന്റെ ഒരു ഭാഗം മാത്രം എന്ന് സിനിമ നായകർ നമ്മോട് പറയുമ്പോൾ ഒരു ചോദ്യം ഉയരുന്നു. സ്ത്രീകളെ പുരുഷന്റെ ഭോഗ ചരക്കായി കാണുകയും പുരുഷന്റെ ഇരകളായി തീരുകയും ചെയ്യുന്ന ഇന്നത്തെ സാമൂഹികവസ്ഥയെ ചോദ്യം ചെയ്യുന്ന എത്ര സിനിമകൾ ഇവിടെയുണ്ടായി. പാട്ട ബാക്കി, അടുക്കളയിൽ നിന്നും അരങ്ങത്തേക്ക്, നിങ്ങളെന്നെ കമ്മ്യൂണിസ്റ്റാക്കി തു

ടങ്ങിയ നാടകങ്ങളെപ്പോലെ എത്ര സിനിമ ചർച്ച ചെയ്യപ്പെടുന്നു.?. (തീരെ ഇല്ലാതില്ല.)

തീർച്ചയായും സ്ത്രീകളുടെ വിഷയങ്ങൾ ചർച്ച ചെയ്യപ്പെടുന്ന റിയലിസ്റ്റിക് സിനിമകൾ ഉണ്ടായിട്ടുണ്ട്. അവിടെ പോലും സ്ത്രീക ളുടെ അടിമത്തത്തെ സൃഷ്ടിക്കുന്ന, അവളുടെ മാനത്തെ കടന്നാ ക്രമിക്കുന്ന സാമൂഹ്യ വ്യവസ്ഥയെ കണ്ടില്ലെന്ന് നടിക്കുന്നു. യാഥാ ർത്ഥ്യത്തെ പ്രതിഫലിപ്പിക്കുക മാത്രമല്ല കലയുടെ ധർമ്മം. അതിനെ മാറ്റുകയാണ് ആവശ്യം. ഇതാണ് ഈ കാലഘട്ടത്തിലെ കലയുടെ ധർമ്മം. സിനിമ ഒരു വിനോദോപാധിക്കൊപ്പം തെറ്റായതിനെ മാറ്റ ണമെന്ന് ചിന്തയും ജനങ്ങളിൽ വളർത്താൻ അതിന് കഴിയണം.

ലൈംഗിക വേഴ്ചയ്ക്ക് ഓരോ സാമൂഹ്യവ്യവസ്ഥയിലും ഓരോരോ രീതിയായിരുന്നു. മനുഷ്യാരംഭത്തിൽ അച്ഛനേയും അമ്മയേയും മക്ക ളേയും വേർ തിരിച്ചറിയാത്ത വേഴ്ച. പൊതുടമസ്ഥതയിൽ നിന്ന് സ്വ കാര്യ സ്വത്ത്സമ്പ്രദായം ഉടലെടുത്തപ്പോൾ ഏകപത്നി വ്യവസ്ഥ രൂ പപ്പെട്ടു. അടിമത്തത്തിലും ഫ്യൂഡൽ വ്യവസ്ഥിതിയിലുമെല്ലാം സ്ത്രീ കൾ പുരുഷന്റെ അടിമകളും ഭൂപ്രഭുത്തത്തിന്റെ ഇരകളും ആയി രുന്നു.

മുതലാളിത്തം ഉടലെടുത്തപ്പോൾ കാറൽ മാർക്സ് കമ്മ്യൂണി സ്റ്റ് മാനിഫെസ്റ്റോയിൽ പറയുന്നു "സ്വന്തം കീഴിലുള്ള തൊഴിലാളിക ളുടെ ഭാര്യ മാരെയും പുത്രികളെയും കൊണ്ട് സംതൃപ്തരാകാതെ - പൊതു വേശികളുടെ കാര്യം പോകട്ടെ - നമ്മുടെ ബൂർഷ്വാകൾ അന്യോന്യം ഭാര്യമാരെ വ്യഭിചരി ക്കുന്നതിൽ അങ്ങേയറ്റം ആനന്ദം കൊള്ളുന്നു".

സ്ത്രീകളെ ഭോഗവസ്തുവായും കാമപൂരണത്തിന്റെ ഇരക ളായും നില നിർത്തുന്ന മുതലാളിത്ത കോർപ്പറേറ്റ് വ്യവസ്ഥിതിയെ മാറ്റുന്നതുമായി ബന്ധപ്പെട്ട സാംസ്കാരിക ചർച്ചകൾ ഇന്നാവശ്യ മാണ്. ഇന്നത്തെ മുതലാളിത്ത ഫ്യൂഡൽ സംസ്കാരത്തിന് പകരം സഹജീവികളെ മാനിക്കുന്നതായ ഉന്നതമായ ഒരു ജനകീയ സം സ്കാരത്തെ വളർത്തുകയാണ് ആവശ്യം.

കേരളത്തിലെ ഇപ്പോഴത്തെ സിനിമാമേഖലയിലെ അവസ്ഥ യ്ക്ക് ഉത്തരവാദികൾ പുരുഷ മേൽകോയ്മയും കോപ്പറേറ്റീവ് വൽക്കരണവും തന്നെയാണ്. നടിയെ ആക്രമിച്ച കേസിൽ (ദിലീപ് കേസിൽ) ഗവൺമെന്റ് കാലതാമസം കൂടാതെ ഒന്നാംഘട്ടത്തിൽ നട പടിയെടുത്തു. എന്നാൽ അതിന്റെ രണ്ടാം ഘട്ടമായ ഹേമ കമ്മിറ്റി റിപ്പോർട്ട് നാലര വർഷം പൂഴ്ത്തി വെക്കുകയാണ് ഉണ്ടായത്. ഇത് ജനങ്ങളാൽ വലിയ വിമർശനത്തിന് വിധേയമായി. എല്ലാ എതിർപ്പു കളെയും അതിജീവിച്ചു കൊണ്ടുള്ള വനിതാ താരങ്ങളുടെ പോരാട്ടം

വിജയിക്കുക തന്നെ വേണം. സിനിമാ മേഖലയിൽ വനിതകളുടെ മേലുള്ള ലൈംഗികാക്രമണത്തെപ്പറ്റി മാത്രമല്ല സിനിമയുടെ ഉള്ളടക്കത്തെപ്പറ്റിയും ചർച്ച ചെയ്യണം.

2024 സെപ്റ്റംബർ 04

വൈരുദ്ധ്യാധിഷ്ഠിത ഭൗതികവാദം സാഹിത്യത്തിൽ

മാർക്സിസം അദ്ധ്വാനത്തിന്റെ സൗന്ദര്യദർശനം വ്യക്തമാക്കപ്പെട്ടു. പ്രപഞ്ചവും വർഗ്ഗങ്ങളും സാമൂഹ്യ അധ്വാനവും തമ്മിലുള്ള ബന്ധങ്ങളെയും വൈരുദ്ധ്യങ്ങളെയും സൗന്ദര്യത്തോടെ ഹൃദ്യവും ആസ്വാദ്യം ആയും അവതരിപ്പിക്കുകയാണ് വൈരുധ്യാധിഷ്ഠിത ഭൗതികവാദ ദർശനം ഉൾക്കൊള്ളുന്ന സാഹിത്യകാരന്മാർ ചെയ്യുന്നത്. ഇതിലൂടെ ജീർണിച്ചതും പിന്തിരിപ്പനും ആയ ആശയങ്ങളെയും സംസ്കാരത്തെയും ചെറുത്തു കൊണ്ട് പുരോഗമനാശ യങ്ങളെയും സംസ്കാരത്തെയും ഉയർത്തിപ്പിടിച്ചു സാമൂഹ്യമാറ്റത്തിന് ദർശനം നൽകുകയും കൂടിചെയ്യുന്നു.

ഈ ദർശനം നമ്മുടെ മണ്ണിലേക്ക് എത്തുന്നതിനു മുമ്പും സാമൂഹ്യവ്യവസ്ഥയെ വിവരിക്കുന്നതും ചോദ്യം ചെയ്യുന്നതും ആയ സൗന്ദര്യാത്മകമ സാഹിത്യസൃഷ്ടികൾ ഉണ്ടായിട്ടുണ്ട്. അതാത് കാലത്തെ സാമൂഹിക വ്യവസ്ഥയെ പ്രതിഫലിപ്പിക്കുന്ന ഇത്തരം പുരോഗമന കവിതകളും നോവലുകളും കഥകളും എല്ലാം ഇന്നും നിലനിൽക്കുന്നു. ചർച്ചചെയ്യപ്പെടുന്നു.

അതായത് വൈരുദ്ധ്യാത്മക ഭൗതികവാദ ദർശനം ഉടലെടുക്കുന്നതിനു മുമ്പും ഉത്തമ സാഹിത്യങ്ങൾ ഉണ്ടായിട്ടുണ്ട്. ഇന്നും ഉണ്ടാകുന്നു. എന്നാൽ വൈരുദ്ധ്യാത്മക ദർശനം ഉൾക്കൊണ്ട് സാഹിത്യകാരന്മാർ അവരുടെ സാഹിത്യസൃഷ്ടികൾ നടത്തിയതോടെ സാഹിത്യത്തിന് ഒരു പുത്തൻ ഉണർവും ആവേശവും കാഴ്ച്ചപ്പാടും ജനങ്ങളിൽ ഉണ്ടാക്കി എന്നതാണ് പ്രത്യേകത. സാഹിത്യത്തിന്റെ ഉദ്ദേശ്യവും ലക്ഷ്യവും വ്യക്തമാക്കപ്പെട്ടു. അത് പ്രസംഗത്തിൽ മാത്രമല്ല എഴുത്തിലും പ്രതിഫലിച്ചു. കല കലയ്ക്ക് വേണ്ടിയാണെന്നും ഇതിനെ നിഷേധിച്ച് കല സമൂഹത്തിന് വേണ്ടിയാണെന്നും അതിനെയും നിഷേധിച്ച് കല സാമൂഹ്യമാറ്റത്തിന് എന്നും, നക്സൽബാരി സമരത്തെ തുടർന്ന് വിപ്ലവകരമായ സാമൂഹ്യമായ മാറ്റം എന്ന നിലയിൽ രൂക്ഷമായ ആശയസംഘട്ടന ത്തിലൂടെ സാഹിത്യത്തിന്റെ വർഗ്ഗ നിലപാടും ഉയർന്ന പുരോഗമന സ്വഭാവവും വ്യക്തമാക്കപ്പെട്ടു.

നിലവിലുള്ള ചൂഷക മർദ്ദക സാമൂഹ്യവ്യവസ്ഥയെ നിലനിർത്താൻ ആഗ്രഹിക്കുന്നവരും അതിനെമാറ്റി പുത്തൻ സാമൂഹിക-സാമ്പത്തിക വ്യവസ്ഥിതി സൃഷ്ടിക്കാൻ ആഗ്രഹിക്കുന്നവരും ആയി സാഹിത്യകാരന്മാർ വേർതിരിക്കപ്പെട്ടു. ഇന്ന് നിലവിലുള്ള ചൂഷക മർദ്ദക സാമൂഹ്യവ്യവസ്ഥയെ സംരക്ഷിക്കാനായി സാഹിത്യസൃഷ്ടി

കൾ നടത്തുന്ന സാഹിത്യകാരന്മാർ ഭൂരിപക്ഷ മതത്തിന്റെയും ജീർണിച്ച ഫ്യൂഡൽ ആശയങ്ങളെയും പുരുഷ മേധാവി ത്വത്തെയും അന്യമത സ്പർദ്ധയും ചാതുർവർണ്യ അവശിഷ്ടങ്ങളെയും എല്ലാം ഇന്ത്യയുടെ നല്ല സംസ്കാരമായി ചിത്രീകരിക്കുന്നു. പ്രേമത്തിന്റെ നല്ല വശത്തെ ചിത്രീകരിക്കാതെ പ്രേമനൈരാശ്യവും അതിന്റെ ജീവിത സാമൂഹ്യ സംഘർഷങ്ങളെയും ഉയർത്തി സ്നേഹത്തിനും പ്രേമത്തിന് പകരം അന്യതാബോധം സൃഷ്ടിക്കുന്നു. ലൈംഗിക വൈകൃതങ്ങൾ അവതരിപ്പിച്ച് ദുർബല മനസ്സുകളെ ഇക്കിളിപ്പെടുത്തുന്നു. മനുഷ്യ സൗഹൃദത്തിനു പകരം ഭിന്നിപ്പിക്കൽ നടത്തുന്നു. ശാസ്ത്രത്തെ അല്ല വിശ്വാസത്തെ ഉയർത്തിപ്പിടിക്കുന്നു. ഇതിനൊക്കെ എതിരായനിലപാട് സ്വീകരിക്കുന്നവരെ ശത്രുവായി കാണുന്നു. പരിവർത്തന വിരുദ്ധരായ ഇവരുടെ സാഹിത്യം തൊഴിലാളിവർഗ്ഗ സമരങ്ങളെയും മുന്നേറ്റങ്ങളെയും പരിഹസിക്കുന്നു. ഇത്തരക്കാർ ബൂർഷ്വാ സാഹിത്യ കാരന്മാരാണ്.

മറ്റൊരു കൂട്ടരുണ്ട്. ഇവർ കോർപ്പറേറ്റ് ഫ്യൂഡൽ ചൂഷണത്തെയും സംസ്കാരത്തെയും ചോദ്യം ചെയ്യുന്നു. ഇതിലൂടെ ഇവർ പുരോഗമനവാദികൾ ആകുന്നു. ഇവർ വർഗ്ഗ സമരങ്ങളെ സാഹിത്യ പ്രമേയം ആക്കുമെങ്കിലും സമരങ്ങളുടെ തിക്തഫലങ്ങൾ ഉയർത്തി കാണിച്ചു ജനഹൃദയങ്ങളിൽ മടുപ്പുളവാക്കുകയും അതേപോലെ നായിക നായകന്മാരെ കഷ്ടതകളിൽ നിർത്തി അവസാനം വധിച്ച് ഇതിലൊക്കെ പങ്കെടുക്കുന്നവരുടെ വിധി ഇതായിരിക്കുമെന്ന് ചിന്തിപ്പിക്കും വിധം അവതരിപ്പിക്കുകയും ചെയ്യുന്നു. ഇടയ്ക്കിടെ ചില പൊതു സമരങ്ങളെ പിന്താങ്ങുമെങ്കിലും വർഗ്ഗസമരത്തെ ഭയക്കുന്ന ഇവർ പെറ്റി ബൂർഷ്വാ സാഹിത്യകാരന്മാരാണ്.

മറിച്ച് വൈരുദ്ധ്യാധിഷ്ഠിത ഭൗതികവാദം ഉൾക്കൊള്ളുന്ന സാഹിത്യകാരൻ സമൂഹത്തെ വസ്തുനിഷ്ഠമായി അതായത് സമൂഹത്തിലെ വർഗ്ഗ ബന്ധങ്ങളെയും വർഗ്ഗ വൈരുദ്ധ്യങ്ങളെയും സംഘട്ടനങ്ങളെയും സർഗ്ഗാത്മകമായി ചിത്രീകരിച്ചു സമൂഹത്തിലെ തകരേണ്ടശക്തികളെ ചൂണ്ടിക്കാട്ടി പുരോഗമനാശയങ്ങളെയും വർഗ്ഗത്തെയും ഉയർത്തിപ്പിടിച്ച് സാമൂഹിക മാറ്റത്തിനായി കാഴ്ചപ്പാടുകൾ നൽകുന്നു.

ഉദാഹരണത്തിന് നിങ്ങളെന്നെ കമ്മ്യൂണിസ്റ്റാക്കി എന്ന നാടകം അന്ന് നിലവിലുണ്ടായിരുന്ന സാമൂഹ്യവ്യവസ്ഥയിലെ വർഗ്ഗ ബന്ധങ്ങളെയും വൈരുദ്ധ്യങ്ങളെയും അതിലെ മുഖ്യ വൈരുദ്ധ്യം ആയ ജന്മികുടിയാൻ ബന്ധത്തെ കലാപരമായി തുറന്നു കാണിച്ച് ജന്മിത്വ വിരുദ്ധ പോരാട്ടം നടത്തുന്നു. നാടകത്തിൽ നശിച്ച തറവാട്ടിലെ കമ്മ്യൂണിസ്റ്റ് അല്ലാതിരുന്ന പരമുപിള്ള ' ആ കൊടി ഇങ്ങു താ' എന്ന്

പറഞ്ഞുകൊണ്ട് ചെങ്കൊടി ഉയർത്തി മുദ്രാവാക്യം വിളിച്ച് കമ്മ്യൂണിസ്റ്റ് പാർട്ടിയുടെ ഭാവിയുടെവളർച്ചയേയും മാറ്റത്തെയും കണ്ട് ആവേശത്തോടെ അവസാനിക്കുമ്പോൾ നാടകം നൽകിയ വ്യക്തമായ സന്ദേശം മനസ്സിൽ സ്വീകരിച്ചു കാണികൾ പിരിയുന്നു.ചരിത്രത്തിൽ ഇടം നേടിയ ഈ നാടകം പരിതസ്ഥിതികൾ മാറിയെങ്കിലും ഇന്നും ജനങ്ങൾ ഇഷ്ടപ്പെടുന്നു. ചർച്ച ചെയ്യപ്പെടുന്നു.

വർഗ്ഗവൈരുദ്ധ്യാധിഷ്ഠിതമായ ഇന്നത്തെ സമൂഹത്തിൽ ഫാസിസവും അതിനെതിരെ ഇന്ത്യൻ ജനതയും എന്ന നിലയിൽ കൂടുതൽ കൂടുതൽ ധ്രുവീകരണം നടക്കുമ്പോൾ സാഹിത്യകാരൻമാരോടുള്ള ആ ചോദ്യം ഇന്നും പ്രസക്ത മാകുന്നു. "സാഹിത്യകാൻമാരെ നിങ്ങൾ ഏത് ചേരിയിൽ" ?

2021 ഫെബ്രുവരി 21

ഡിസംബർ 10
മനുഷ്യാവകാശ ദിനം

ഇംഗ്ലണ്ടിലെ മാഗ്നകാർട്ടയെ തുടർന്ന് 1688 ൽ ബ്രിട്ടീഷ് ജനത നേടിയ ബിൽ ഓഫ് റൈറ്റ്സ് ഓടെയാണ് മനുഷ്യാവകാശ പ്രസ്ഥാനത്തിന് ആരംഭം കുറിക്കുന്നത്. അതിനുമുമ്പ് രാജാവിനും ഭൂപ്രഭുക്കൾക്കും ജനങ്ങളെ ഭരിക്കാനും അടിക്കാനും കൊല്ലാനും ചൂഷണം ചെയ്യുവാനുള്ള അവകാശം ദൈവദത്തമായ തായിരുന്നു എന്നാണ് ജനങ്ങളെ പറഞ്ഞു വിശ്വസിപ്പിച്ചിരുന്നത്. ഇന്ത്യയിലും മനുവാദികൾ ചാതുർവർണ്യം ദൈവ സൃഷ്ടംഎന്ന് പഠിപ്പിച്ചു.

ഈ ദൈവ അവകാശത്തിന് എതിരെയുള്ള പോരാട്ടത്തിന് തുടക്കം കുറിച്ചത് ഇംഗ്ലണ്ടിൽ ആയിരുന്നു. മുതലാളിത്തത്തിന്റെ വളർച്ചയോടെ ആണ് ഇത് സംഭവിച്ചത്. മുതലാളിത്തത്തിന്റെ വളർച്ചയ്ക്ക് രാജ ഭൂപ്രഭു നീതികളും അവകാശങ്ങളും തടസ്സമെന്ന് വന്നപ്പോൾ കർഷകരേയും ബുദ്ധിജീവികളെയും കൂട്ടി മുതലാളിത്ത വർഗ്ഗം തങ്ങളെ ഭരിക്കാൻ വിധിക്കപ്പെട്ടവർ എന്ന് വിശ്വസിച്ചിരുന്ന ബ്രിട്ടനിലെ രാജാവിന്റെ തലതന്നെ വെട്ടി കുരുതി നടത്തി. എന്നാൽ പിന്നെയും പ്രക്ഷോഭം തുടർന്നു. 1688 ൽ ബ്രിട്ടീഷ് ജനത നേടിയ ബിൽ ഓഫ് റൈറ്റ്സ് മനുഷ്യ ചരിത്രത്തിലെ ആദ്യ മനുഷ്യ അവകാശ രേഖയായി മാറുകയും ചെയ്തു.

കുറ്റക്കാരൻ എന്ന് പറഞ്ഞ് പിടി കൂടുന്ന ഏതൊരാളെയും നിഷ്പക്ഷമായ ഒരു ജൂറിയുടെ മുന്നിൽ ഹാജരാക്കി വിചാരണ ചെയ്യണമെന്നും കോടതിയുടെ തീരുമാനപ്രകാര മല്ലാതെ ആരും ശിക്ഷിക്കപ്പെടരുത് എന്നും ആ അവകാശരേഖ പ്രഖ്യാപിച്ചു. അമേരിക്ക യിലെ ബ്രിട്ടീഷ് ആധിപത്യം അവസാനിപ്പിക്കാൻ വേണ്ടിയുള്ള ആയുധമേന്തിയ പോരാട്ടത്തിൽ 1776ൽ കോളനി ഭരണം അവസാനിപ്പിച്ചുകൊണ്ടുള്ള സ്വാതന്ത്ര്യ പ്രഖ്യാപ നത്തിൽ മനുഷ്യരെല്ലാം തുല്യരാണെന്നും ആർക്കും നീക്കം ചെയ്യാനാകാത്ത അവകാശം ജന്മനാതന്നെ ഉണ്ടെന്നും അഭിപ്രായസ്വാതന്ത്ര്യം സ്വത്തവകാശ സ്വാതന്ത്ര്യം വിശ്വാസ സ്വാതന്ത്ര്യം തുടങ്ങിയവ ആർക്കും നിഷേധിക്കാൻ പാടില്ലാത്ത അവകാശങ്ങൾ ആണെന്നും അത് പ്രഖ്യാപിച്ചു.

മനുഷ്യാവകാശ ചരിത്രത്തിലെ മറ്റൊരു അദ്ധ്യായമാണ് ഫ്രഞ്ച് വിപ്ലവം. അതും രാജാവിന്റെ തല കൊയ്തും രക്തം ചൊരിഞ്ഞും കൊണ്ടാണ് നേടിയത്. ജനങ്ങളുടെ അവകാശങ്ങൾ നിഷേധിച്ച അന്നത്തെ ഭരണാധികാരിയായ ലൂയി പതിനാറാമന്റെ കഴുത്തറുത്തു കൊണ്ട് ജവഹർലാൽ നെഹ്റുവിനെ ഉദ്ധരിച്ചാൽ "ജനങ്ങൾ

ലൂയി പതിനാറാമനെ വിചാരണ നടത്തി അയാളെ കൊല്ലാൻ വിധിച്ചു. 1793 ജനുവരി 21ന് രാജവാഴ്ചയുടെ പാപങ്ങൾക്ക് അയാൾ സ്വന്തം തല നൽകി പരിഹാരം ചെയ്യേണ്ടിവന്നു. അയാളെ ഗില്ലറ്റിൻ ചെയ്തു. ഗില്ലറ്റിൻ കൊണ്ട് അയാളുടെ തല വെട്ടി കളഞ്ഞു." (അച്ഛൻ മകൾക്ക് അയച്ച കത്തുകൾ - നെഹ്റു). ഈ വിപ്ലവത്തിന്റെ സുപ്രധാന രേഖയാണ് മനുഷ്യാവകാശ പ്രഖ്യാപനം. മനുഷ്യൻ സ്വതന്ത്രനായി ജനിക്കുന്നു. എല്ലാ മനുഷ്യർക്കും തുല്യ അവകാശമാണുള്ളത്. സുരക്ഷിതത്വം പ്രസംഗം, പ്രചരണസ്വാതന്ത്ര്യം തുടങ്ങിയവയെല്ലാം ഇത് പ്രഖ്യാപനം ചെയ്തു. ഈ നിലയിലെല്ലാം രക്തരൂക്ഷിതമായ പ്രക്ഷോഭത്തിലൂടെയാണ് മനുഷ്യാവകാശങ്ങൾ സ്ഥാപിച്ചെടുത്തിട്ടുള്ളത്. ഈ പ്രക്ഷോഭങ്ങൾക്ക് നേതൃത്വം നൽകിയതാകട്ടെ പുതിയതായി വളർന്നുവന്ന മുതലാളിത്തവും. എന്നാൽ ഇതേ മുതലാളിത്തം അമേരിക്കയിലെ ചിക്കാഗോയിൽ 1885 മെയിലെ തൊഴിലാളി സമരത്തെ ചോരയിൽ മുക്കി കൊന്നു. ലോകമെങ്ങും ഇപ്പോഴും അത് തുടരുന്നു.

ജർമ്മൻ ഫാസിസ്റ്റ് ഭരണത്തിലെ കോൺസെൻട്രേഷൻ ക്യാമ്പുകളിലെയും രണ്ടാം ലോകമഹായുദ്ധത്തിലെ അമേരിക്കയുടെ ബോംബാക്രമണത്തിലെയും മനുഷ്യത്വരഹിതം ഇനി ഉണ്ടാകാതിരിക്കാനുള്ള ചിന്തയിൽനിന്നാണ് 1948 ഡിസംബർ 10 ലെ മനുഷ്യാവകാശ പ്രഖ്യാപനം. ഇംഗ്ലണ്ടിലെ മാഗ്നകാർട്ട മുതൽ 1948 വരെ നേടിയെടുത്ത എല്ലാ മനുഷ്യാവകാശ സത്തയും അതിൽ അടങ്ങിയിരിക്കുന്നു. ഈ പ്രഖ്യാപനം അംഗീകരിച്ച അമേരിക്ക ലോകജനതയുടെ മനുഷ്യാവകാശ നിഷേധിയായി മാറുകയും യു.എൻ മനുഷ്യാവകാശ സമിതിയിൽ നിന്ന് തന്നെ അമേരിക്കൻ പ്രസിഡന്റ് ട്രംപ് പിന്മാറുകയും ചെയ്തു.

ഐക്യരാഷ്ട്രസംഘടനയുടെ മൗലികാവകാശങ്ങളും സാമ്പത്തിക അവകാശങ്ങളും അംഗീകരിച്ച രാജ്യമാണ് ഇന്ത്യ. അതുകൊണ്ടുതന്നെ ഇന്ത്യ ഒരു പരിഷ്കൃത രാജ്യമായി ആണ് അറിയപ്പെടുന്നത്. എന്നാൽ എല്ലാ പരിഷ്കൃത രാജ്യങ്ങളെയും നാണിപ്പിക്കും വിധം 1975 ൽ അടിയന്തരാവസ്ഥ പ്രഖ്യാപിച്ചു. എല്ലാ മൗലികാവകാശങ്ങളും പൗരാവകാശങ്ങളും സസ്പെൻഡ് ചെയ്തു. തിരിച്ച് ഇത് നേടിയെടുക്കാൻ ജനങ്ങൾ വലിയ വില നൽകേണ്ടി വന്നു. അന്നത് ഇന്ദിര സേച്ഛാധിപത്യം എന്നറിയപ്പെട്ടെങ്കിൽ ഇന്നത്തെ ഭരണത്തിന്റെ നിയമ നിഷേധവും അടിച്ചമർത്തൽ സ്വഭാവവും കൊണ്ട് ഫാസിസ്റ്റ് മോദി ഭരണം എന്ന് നിർവ്വചിക്കപ്പെടുന്നു. പൗരത്വ നിയമം, കർഷക നിയമം, തൊഴിൽ നിയമം തുടങ്ങിയവയിലെല്ലാം മനുഷ്യാവകാശ നിഷേധങ്ങൾ കാണാം. ഫാസിസ്റ്റ് വിരുദ്ധ പോരാട്ടം മനുഷ്യാവകാശ സംരക്ഷണം ആണ്.

2020 ഡിസംബർ 09

ഇന്ത്യ സ്വാതന്ത്ര്യ ദിനം ആഘോഷിക്കുമ്പോൾ

മൃഗങ്ങളിൽ നിന്നും വ്യത്യസ്തമായി മനുഷ്യന്റെ കൈ ആദ്യമായി സ്വതന്ത്രമായത് അവനെ അധ്വാനശീലരാക്കി. ഈ അദ്ധ്വാനം മനുഷ്യന്റെ അറിവിന്റെ ചക്രവാളം കൂടുതൽ കൂടുതൽ വർദ്ധിപ്പിച്ചു. ഓരോ അറിവുകളും താഴ്ന്ന പടിയിൽ നിന്നും പടിപടിയായി മനുഷ്യന്റെ സ്വാതന്ത്ര്യം നേടൽ കൂടി ആയിരുന്നു.

മനുഷ്യന്റെ അറിവ് ഭൂമിയിൽ നിന്നും സൗരയൂഥത്തിലേക്കും പ്രപഞ്ചത്തിൽ ആകെയും എത്തുന്നു. മനുഷ്യൻ ചന്ദ്രനിൽ കാലുകുത്തി. ചൊവ്വയിൽ പരിവേക്ഷണം നടത്തുന്നു. ശനിയിലേക്ക് കുതിക്കുന്നു. ഇതെല്ലാം ഇത് സംബന്ധമായ അന്ധവിശ്വാസങ്ങളിൽ നിന്നുള്ള സ്വാതന്ത്ര്യം നേടൽ കൂടിയാണ്.

ഈ ശാസ്ത്രീയ വീക്ഷണത്തിന്റെ വളർച്ചയ്ക്ക് മതശക്തികൾ എന്നും എതിരായിരുന്നു. യുക്തിചിന്തയെ വളർത്തിയ സോക്രട്ടീസിനെ മതഅധികാരികൾ വിഷം കൊടുത്തുകൊന്നു. ഭൂമി ഉരുണ്ടതാണെന്ന് പറഞ്ഞ ഗലീലിയോയെ തുറുങ്കിലടച്ചു. ഇന്നും ശാസ്ത്രീയ ചിന്തകൾ പ്രചരിപ്പിക്കുന്നവരെ ശാസ്ത്ര വിരോധികളായ മതശക്തികൾ വെടിവെച്ചു കൊന്നുകൊണ്ട് ജനങ്ങളെ മതത്തിന്റെ അടിമത്വത്തിൽ തളച്ചിടാൻ ശ്രമിക്കുന്നു. വിദ്യാഭ്യാസ ബുദ്ധിജീവികൾ പോലും ഇതിൽ അകപ്പെടുന്നു.

മനുഷ്യന്റെ സ്വാതന്ത്ര്യം പ്രകൃതിശാസ്ത്രപരമായിട്ട് മാത്രമല്ല സാമൂഹിക സാമ്പത്തിക ശാസ്ത്രപരമായിട്ട് കൂടി ബന്ധപ്പെട്ടിരിക്കുന്നു. ആദിമസമൂഹത്തിലെ ഉൽപാദനോപകരണങ്ങളുടെ കണ്ടുപിടുത്തം സ്വകാര്യ സ്വത്തുടർമ സമ്പ്രദായത്തിൽ എത്തിച്ചു. അന്നുമുതൽ ഇന്നുവരെയും അതായത് ഗോത്ര സമുദായത്തിൽ നിന്നും അടിമത്തത്തിലേക്കും അവിടെ നിന്നും ഫ്യൂഡലിസത്തിലേക്കും പിന്നീട് മുതലാളിത്തത്തിലേക്കും സോഷ്യലിസത്തിലേക്കും ഉള്ള മനുഷ്യന്റെ ഓരോ പോരാട്ട വിജയവും സ്വാതന്ത്ര്യത്തിലേക്കുള്ള മുന്നേറ്റമായിരുന്നു. ഈ നിലയിൽ മനുഷ്യന്റെ ആദിമകാലം മുതൽ പ്രകൃതിയിലും സമൂഹത്തിലും തത്വശാസ്ത്രത്തിലും തുടർച്ചയായ ഏറ്റുമുട്ടലിലൂടെ വളർന്നുവന്നതാണ് ഇന്നത്തെ സ്വാതന്ത്ര്യം.

ഈ ചരിത്രപരമായ പരിവർത്തനങ്ങളെ കാണാതെ ബൂർഷ്വാ പെറ്റിബൂർഷ്വാ പണ്ഡിതന്മാർ സ്വാതന്ത്ര്യത്തെ കേവലം രാഷ്ട്രീയമായി മാത്രം ചുരുക്കുന്നു. ഇതിലൂടെ ഇവർ മനുഷ്യന്റെ മേലുള്ള സാമൂഹിക സാമ്പത്തിക അന്ധവിശ്വാസ മർദ്ദന ചൂഷണത്തെ മൂ

ടിവെച്ചു കൊണ്ട് ഇന്നത്തെ ജീർണ്ണിച്ച ഈ സാമൂഹ്യ സാമ്പത്തിക വ്യവസ്ഥയെ നിലനിർത്താൻ പാടുപെടുന്നു.

അതുകൊണ്ടുതന്നെ അവർക്ക് ഇന്ത്യയിലെ 1857ലെ ഒന്നാം സ്വാതന്ത്ര്യ സമരം തുടങ്ങി 1947 ൽ ഇന്ത്യക്കായി ബ്രിട്ടൻ അധികാര കൈമാറ്റം നടത്തിയതോടെ സ്വാതന്ത്ര്യ സമരം അവസാനിക്കുന്നു.ഈ സമരത്തിൽ ബിജെപിക്ക് ഒരു പങ്കുമില്ലായിരുന്നു.

ഇന്ത്യയിൽ ബ്രിട്ടീഷ് ഭരണം അവസാനിച്ചെങ്കിലും ഇന്ത്യയുടെ മേലുള്ള പുത്തൻ കൊളോണിയൽ ചൂഷണം ഇന്നും തുടരുന്നു. ഇന്ത്യയിൽ ഇന്ന് ഏതെങ്കിലും ഒരു സാമ്രാജ്യത്ത രാജ്യം നേരിട്ടു ഭരിക്കുന്നില്ല. എന്നാൽ ഇവരുടെ മൂലധനം മുടക്കി നിബന്ധന കളിൽ ഒപ്പിടിച്ച് ചൂഷണം നടത്തുന്നു. ഇത്തരം ചൂഷണ സ്ഥാപനങ്ങൾ ആണ്. എ.ഡി.ബി., ഡബ്ലിയു.ടി.ഓ., ലോക ബാങ്ക് തുടങ്ങിയവ.

എ.ഡി.ബി.യിൽ നിന്നും കേരളത്തിലെ അഞ്ച് കോർപ്പറേഷനുകൾ നേരത്തെ കടമെടുത്തപ്പോൾ അതിന്റെ വിനിയോഗം പരിശോധിക്കുവാൻ എ.ഡി.ബി ഉദ്യോഗസ്ഥർ കോർപ്പറേഷൻ ഓഫീസുകളിൽ എത്തിയതും അതിനെതിരെ സമരം ഉണ്ടായതും ഓർക്കുക. പിന്നീട് സമരം ഉണ്ടായില്ല എന്നത് ശ്രദ്ധേയം.

ലോക ബാങ്കിൽ നിന്നും വികസന പ്രവർത്തനങ്ങൾക്ക് കടമെടുത്തു നടത്തുന്ന പദ്ധതികളുടെ ഓഡിറ്റ് പഞ്ചായത്തുകളിൽ ലോക ബാങ്ക് ഉദ്യോഗസ്ഥർ നടത്തുന്നു. ആലപ്പുഴ ജില്ലയിലെ ആലപ്പുഴ ചങ്ങനാശ്ശേരി റോഡിന്റെ നിർമ്മാണ പ്രവർത്തനം വിലയിരുത്താൻ ലോകബാങ്ക് ഉദ്യോഗസ്ഥർ ഈ അടുത്ത നാളിലാണ് കുട്ടനാട്ടിൽ എത്തിയത്. ഇതൊക്കെ നമ്മുടെ ഭരണനിർവ്വഹണത്തിലുള്ള ഇവരുടെ ഇടപെടലാണ്. ഇതിനൊക്കെ ബി.ജെ.പി -കോൺഗ്രസ് എന്ന പോലെ ഇടതുപക്ഷ ഭരണവും വിധേയമാകുന്നു.

അതായത് 1947 കൊണ്ട് ഇന്ത്യൻ സ്വാതന്ത്ര്യ സമരം അവസാനിച്ചിട്ടില്ല. സാമ്രാജ്യത്വത്തിന്റെ പുത്തൻ കൊളോണിയൽ ചൂഷണത്തിനെതിരെ മാത്രമല്ല കോർപ്പറേറ്റ് മത ഫാസിസ്റ്റ് ശക്തികൾക്ക് എതിരായ പോരാട്ടങ്ങൾ ഇന്നും തുടർന്നുകൊണ്ടിരിക്കുന്നു. 'എവിടെ മർദ്ദനമുണ്ടോ അവിടെ സ്വാതന്ത്ര്യമില്ല. "എവിടെ ചൂഷണം ഉണ്ടോ അവിടെ സ്വാതന്ത്ര്യമില്ല' മർദ്ദനത്തിൽ നിന്നും ചൂഷണത്തിൽ നിന്നും അന്ധവിശ്വാസത്തിൽ നിന്നുള്ള മോചനമാണ് സ്വാതന്ത്ര്യം. നാം നമ്മുടെ മനസ്സിനെ സ്വതന്ത്രമാക്കിയാൽ മാത്രമേ നമുക്ക് നമ്മിൽ നിന്ന് തന്നെ സ്വാതന്ത്ര്യം നേടാൻ കഴിയൂ.

2024 ഓഗസ്റ്റ് 14

ഇന്ത്യൻ സ്വാതന്ത്ര്യ സമരവും, കമ്മ്യൂണിസ്റ്റുകാരും

ഇന്ത്യയിലെ ബ്രിട്ടീഷ് ഭരണത്തിനെതിരായ സ്വാതന്ത്ര്യ സമര പോരാട്ടത്തിൽ കമ്മ്യൂണിസ്റ്റുകൾക്ക് അഭിമാനകരമായ ചരിത്രമാണുള്ളത്. കമ്മ്യൂണിസ്റ്റുകളുടെ പ്രവർത്തനം തുടങ്ങുന്ന ആദ്യ നാളുകളിൽതന്നെ ഭയാകുലരായ ബ്രിട്ടീഷ് ഭരണാധികാരികൾ കമ്മ്യൂണിസ്റ്റുകൾക്കെതിരെ, ഭരണത്തെ അട്ടിമറിക്കാൻ ശ്രമിച്ചെന്ന് ആരോപിച്ച് 1924ൽ "കോൺപൂർ ഗൂഢാലോചന ക്കേസ്" എടുത്ത് അറസ്റ്റ് ചെയ്ത് ജയിലിലടച്ചു. തുടർന്ന്, ബ്രിട്ടീഷ് രാജാവിന് ഇന്ത്യയുടെ മേലുള്ള പരമാധികാരം ഇല്ലാതാക്കാൻ ഗൂഢാലോചന നടത്തി എന്നു പറഞ്ഞു 1929 ൽ ' മീററ്റ് ഗൂഢാലോചന കേസ്' എടുത്ത് വീണ്ടും ജയിലിലടച്ചു. എന്നിട്ടും ബ്രിട്ടന് എതിരെയുള്ള പ്രവർത്തനങ്ങൾ ശക്തമായതോടെ 1934ൽ കമ്മ്യൂണിസ്റ്റ് പാർട്ടിയെ തന്നെ നിരോധിച്ചു. നിരോധനഘട്ടത്തിലും കമ്മ്യൂണിസ്റ്റുകൾ മുതലാളിത്ത ജന്മിത്ത ചൂഷണത്തിനും ബ്രിട്ടീഷ് ഭരണത്തിനുമെതിരെ പോരാടുകയും ബ്രിട്ടീഷ് ഭരണത്തിന്റെ അവസാനനാളുകൾ ആയ 1946ലെ ചരിത്ര പ്രസിദ്ധമായ നാവിക സമരത്തിന് നേതൃത്വം നൽകുകയും ചെയ്തു. അങ്ങനെ എത്രയെത്ര പോരാട്ടങ്ങൾ നടത്തിയ ചരിത്രമാണ് കമ്മ്യൂണി സ്റ്റുകൾക്ക് ഉള്ളത്. എന്നാൽ 1942-ലെ കോൺഗ്രസിന്റെ ക്വിറ്റിന്ത്യാ സമരത്തിൽ കമ്മ്യൂണിസ്റ്റുകാർ പങ്കെടുത്തില്ല. ഇതിന്റെ കാരണം ലോക സാഹചര്യ മായിരുന്നു. കമ്മ്യൂണിസ്റ്റ് പാർട്ടി സാർവദേശീയ വാദിയാണ്. അതുകൊണ്ടു തന്നെ കമ്മ്യൂണിസ്റ്റുകളുടെ സാർവദേശീയ സംഘടനയായ കോമിന്റേണിൽ ഇന്ത്യൻ കമ്മ്യൂണിസ്റ്റ് പാർട്ടി അംഗവു മായിരുന്നു. അതിന്റെ തീരുമാനങ്ങൾ നടപ്പിലാക്കുക കടമയും ആയി.

1939 ലെ രണ്ടാം ലോകമഹായുദ്ധം പൊട്ടി പുറപ്പെട്ടഘട്ടത്തിൽ സോഷ്യലിസ്റ്റ് രാജ്യമായ സോവിയറ്റ് യൂണിയൻ ഫാസിസ്റ്റ് ഭരണ രാജ്യമായ ജർമനിയുമായി അനാക്രമണ സന്ധി ഉണ്ടാക്കി. ഇത് സോവിയറ്റ് യൂണിയന്റെ നിലനിൽപ്പുമായി ബന്ധപ്പെട്ട വിദേശനയത്തിന്റെ ഭാഗമായിരുന്നു.

ഈ കരാർ ഹിറ്റ്ലരുടെ ഫാസിസ്റ്റ് ഭരണത്തിനെതിരെ പോരാട്ടം നടത്തുന്ന ജർമ്മൻ കമ്മ്യൂണിസ്റ്റ് പാർട്ടിയിൽ ആശയക്കുഴപ്പമുണ്ടാക്കി. സോവിയറ്റ് യൂണിയനുമായി ഹിറ്റ്ലർ ഐക്യപ്പെട്ടതിനാൽ ഹിറ്റ്ലർ ഭരണത്തിനെതിരായ അവിടുത്തെ കമ്മ്യൂണിസ്റ്റ് പോരാട്ടം നിർവീര്യം ആയി. എന്നാൽ കരാറിനു വിരുദ്ധമായി 1941 ജൂണിൽ

ജർമ്മനി സോവിയറ്റ് യൂണിയനെ ആക്രമി ച്ചപ്പോൾ സോവിയറ്റ് യൂണിയനെ രക്ഷിക്കുക എന്ന നിലപാട് കോമി ന്റേൺ സ്വീകരി ച്ചു. അപ്പോൾ ജർമൻ കമ്യൂണിസ്റ്റ് പാർട്ടി സോവിയറ്റ് പക്ഷത്തായി . ഇതോടെ ജർമൻ കമ്മ്യൂണിസ്റ്റുകളുടെ ദേശസ്നേഹം ചോദ്യംചെ യ്യപ്പെട്ടു. യുദ്ധാനന്തരം ജർമൻ കമ്യൂണിസ്റ്റ് പാർട്ടി തകർച്ചയിലും ആയി.ഇതേപോലെ ബ്രിട്ടീഷ് ഫ്രഞ്ച് കമ്മ്യൂണിസ്റ്റ് പാർട്ടികൾക്കും തിരിച്ചടി നേരിട്ടു.

ഇന്ത്യയിലാകട്ടെ ജർമ്മനി സോവിയറ്റ് യൂണിയനെ ആക്രമി ച്ചതോടെ സാമ്രാജ്യത്വ വിരുദ്ധ സമരം ജനകീയ യുദ്ധമായി മാറി എന്നു പറഞ്ഞു ലോകത്തിലെ സോഷ്യലിസ്റ്റ് രാജ്യ മായ സോവി യറ്റ് യൂണിയനെ രക്ഷിക്കുക എന്ന നിലപാടു് കമ്മ്യൂണിസ്റ്റ് പാർട്ടി സ്വീകരിച്ചു. ഈ ഘട്ടത്തിലെ കോൺഗ്രസിന്റെ ക്വിറ്റ് ഇന്ത്യാ സമര ത്തിൽ നിന്നും കമ്മ്യൂണിസ്റ്റ് പാർട്ടി മാറിനിൽക്കുകയും ചെയ്തു. ഇതോടെ നിരോധിക്കപ്പെട്ട കമ്മ്യൂണിസ്റ്റ് പാർട്ടി നിയമവിധേയമാ ക്കപെട്ടു. ജയിലിനകത്തു കിടന്ന കമ്മ്യൂണിസ്റ്റുകൾ പുറത്തായി. പുറത്തുനിന്ന കോൺഗ്രസ് നേതാക്കൾ അകത്തുമായി. (എല്ലാ കമ്മ്യൂണി സ്റ്റുകളെയും പുറത്തുവിട്ടില്ല) ഇതോടെ കമ്മ്യൂണിസ്റ്റുകാ രുടെ രാജ്യസ്നേഹം ചോദ്യം ചെയ്യപ്പെട്ടു. ഇത് ഇന്നും ആവർത്തി ക്കുന്നു. എന്നാൽ ഇതിനു മുമ്പും പിമ്പുമുള്ള കമ്മ്യൂണിസ്റ്റുകളുടെ ബ്രിട്ടീഷ് കൊളോണിയൽ ഭരണവിരുദ്ധ പോരാട്ട ചരിത്രം ശത്രുക്കൾ മറച്ചുവെക്കുന്നു.

പല കമ്മ്യൂണിസ്റ്റ് പാർട്ടികളിലും ആശയക്കുഴപ്പം ഉണ്ടായി തക രുകയോ വളർച്ച മുരടിക്കുകയോ ചെയ്തപ്പോൾ ചൈനീസ് കമ്മ്യൂ ണിസ്റ്റ് പാർട്ടി ചൈനയെ ആക്രമിച്ച ജപ്പാനെതിരെ അവിടുത്തെ ഭര ണാധികാരികളുമായി ഐക്യപ്പെട്ട് യുദ്ധം ചെയ്യുകയും ഒപ്പം ജപ്പാ നോട് കൂറ് പുലർത്തിയിരുന്ന ചൈനീസ് ദല്ലാൾ മുതലാളിത്ത വർഗ്ഗ ത്തിന് എതിരെ യുള്ള പോരാട്ടം ശക്തിപ്പെടുത്തുകയും ചെയ്തു. അങ്ങനെ ഒരേ സമയം വിദേശ ആക്രമണ വിരുദ്ധ പോരാട്ടവും സ്വന്തം രാജ്യത്തെ ശത്രുവിനെതിരെ പോരാടുകയും ചെയ്തു. യു ദ്ധാനന്തരം കമ്മ്യൂണിസ്റ്റ് പാർട്ടി വളർന്ന് 1949 ൽ അധികാരത്തിലെ ത്തുകയും ചെയ്തു.

ഇതിൽ നിന്നും നാം പഠിക്കുന്നത്, കമ്മ്യൂണിസ്റ്റുകൾക്ക് സാർവ ദേശീ യമായ ഒരു ലോകം ഉണ്ട്. അതോടൊപ്പം ഒരു സ്വദേശവും ഉണ്ട്. സ്വന്തം രാജ്യത്തും ലോകത്തും ശത്രുക്കൾ ഉണ്ട്. സ്വന്തം രാ ജ്യത്തെ ശത്രുവിനെ കാണാതെ ലോകത്തെ ശത്രുവിനെ മാത്രം കാ ണുന്നത് തെറ്റാണ്. നേരെ മറിച്ചും. സാർവ്വദേശീയ ലോകവും സ്വന്തം രാജ്യവും തമ്മിലുള്ള വൈരുദ്ധ്യാത്മക ബന്ധം ശരിയായ കാണുക

എന്നതാണ് പ്രധാനം. ഇത് ശരിയായി കാണുന്നതിൽ ഇന്ത്യയിലെ അവിഭക്ത കമ്മ്യൂണിസ്റ്റ് പാർട്ടിക്കുണ്ടായ തെറ്റിൽ നിന്നും പാഠം പഠിക്കുകയാണ് ഇന്നത്തെ കമ്മ്യൂണിസ്റ്റുകൾ സ്വീകരിക്കേണ്ടത്. ഒപ്പം കമ്മ്യൂണിസ്റ്റുകളുടെ ആരംഭം മുതലുള്ള കൊളോണിയൽ സാമ്രാജ്യത്വ ജന്മിത്വ മുതലാളിത്ത വിരുദ്ധ പോരാട്ട ത്തിന്റെ ചരിത്രം ഉയർത്തിപ്പിടിക്കുകയും വേണം. ബ്രിട്ടീഷ് വിരുദ്ധ സ്വാതന്ത്ര്യ സമര പോരാട്ടത്തിൽ അയഞ്ഞ നിലപാട് സ്വീകരിക്കുകയും ചിലപ്പോൾ പിൻതിരിഞ്ഞും മറ്റു ചിലപ്പോൾ സന്ധി ചെയ്യുകയും, ഒന്നാം ലോക മഹായുദ്ധത്തിൽ ബ്രിട്ടനോടൊപ്പം നിൽക്കുകയും ചെയ്ത കോൺഗ്രസിനും, സ്വാതന്ത്ര്യ സമരചരിത്രത്തിൽ സ്ഥാനമില്ലാത്ത, ഇന്ന് ഇന്ത്യൻ ജനതയുടെ എല്ലാ സ്വാതന്ത്ര്യ ജനാധിപത്യ അവകാശങ്ങളും നിഷേധിക്കുന്നതിന് നേതൃത്വം നൽകുന്ന ബി.ജെ.പിക്കും കമ്മ്യൂണിസ്റ്റുകാരുടെ സ്വാതന്ത്ര്യത്തിന്റെയും സ്വാതന്ത്ര്യ സമര ചരിത്രത്തിന്റെയുംപേരിൽ വിമർശിക്കാൻ എന്തവകാശമാണുള്ളത് ?.

ഇന്ത്യൻ ഫാസിസ്റ്റ് ഭരണം തകർത്തു കൊണ്ടിരിക്കുന്ന ഭരണഘടനേയും സ്വാതന്ത്ര്യ ത്തെയും ജനാധിപത്യത്തേയും മതേതരത്വത്തെയും സംരക്ഷിക്കാൻ ഐക്യപ്പെടുകയും സമരത്തെ ശക്തിപ്പെടുത്തുകയും ആണ് ഈ കാലഘട്ടത്തിന്റെയും ആവശ്യം.

2024 ആഗസ്റ്റ് 12

ശാസ്ത്രമോ വിശ്വാസമോ വലുത് ?

യുക്തിചിന്തയും വിശ്വാസവും എന്നും എതിർധ്രുവങ്ങളിലായിരുന്നു. ഇവ തമ്മിലുള്ള പോരിന് ഏറ്റവും ക്രൂരമായ ചരിത്രം ആണുള്ളത്. 2000 വർഷങ്ങൾക്ക് മുമ്പ് സൂര്യനും ചന്ദ്രനും ദൈവങ്ങൾ അല്ലെന്നും ചന്ദ്രൻ വെറും കല്ലും പാറയും ആണെന്ന് പറഞ്ഞ തത്വചിന്തകൻ സോക്രട്ടീസിനെ (ബി.സി469-399) അന്നത്തെ വിശ്വാസികളും അധികാരികളും കൂടി ആദംസിലെ പൗരന്മാരുടെ സാന്നിധ്യത്തിൽ കുറ്റവിചാരണ നടത്തുകയും സ്വന്തം കൈ കൊണ്ട് വിഷം കഴിച്ച് മരിക്കാൻ വിധിക്കുകയും അപ്രകാരം നടപ്പിലാക്കുകയും ചെയ്തു. മാപ്പുപറഞ്ഞാൽ വിധിയിൽ ഇളവ് ചെയ്യാമെന്ന് പറഞ്ഞെങ്കിലും സോക്രട്ടസീസ് തന്റെ സത്യത്തിനായി നിലകൊള്ളുകയും സ്വന്തം കൈകൊണ്ട് വിഷം കഴിച്ച് മരിക്കുകയും ചെയ്തു.

സൂര്യൻ പ്രപഞ്ച കേന്ദ്രമാണെന്നും ഭൂമി സൂര്യന് ചുറ്റും കറങ്ങുന്നു എന്നും പറഞ്ഞ കോപ്പർനിക്കസിന്റെ സിദ്ധാന്തം പ്രചരിപ്പിച്ചതിന് ഗിയാനോ ബ്രോണോയെ 1600 ഫെബ്രുവരി 16 ന് മതകോടതി നിരീശ്വരത്വം, ദൈവനിന്ദ, എന്നീ കുറ്റങ്ങൾ ആരോപിച്ച് അന്നത്തെ വിശ്വാസ പ്രമാണത്തിന്റെ പേരിൽ ജീവനോടെ തീയിലിട്ടു കൊന്നു. വിശ്വാസികളുടെ ക്രൂരത എത്ര ഭയങ്കരമാണ്.

ഭൂമി ഉരുണ്ടതാണെന്ന് പറയുകയും ദൂരദർശിനിയിലൂടെ പ്രപഞ്ചത്തെ തുറന്നു കാണിക്കുകയും ചെയ്ത ഗലീലിയോയെ 1633 ജൂൺ 22ന് മതാന്ധരും വിശ്വാസികളും ഭരണാധികാരികളും കൂടി തന്റെ എഴുപതാം വയസ്സിൽ പീഡിപ്പിച്ച് ജയിലിലടച്ചു. ഇങ്ങനെ എത്രയെത്ര സംഭവങ്ങൾ. അന്ധവിശ്വാസത്തിനെതിരെ യുക്തിചിന്ത പ്രചരിപ്പിച്ചവരെ ഇന്ത്യയിൽ തന്നെ എത്രയെത്ര പേരെയാണ് ഈ അടുത്തകാലത്ത് വെടിവെച്ച് കൊന്നതെന്ന് ഓർക്കുക.

പ്രപഞ്ച രഹസ്യങ്ങളുടെ സത്യത്തെ തേടാൻ ശാസ്ത്രത്തെയാണോ വിശ്വാസത്തെയാണോ ആശ്രയിക്കേണ്ടത് എന്ന ചിന്ത ജനങ്ങളിൽ വളരുകയും ഈ ആശയ സംഘർഷത്തിൽ ശാസ്ത്രം ആധിപത്യം ഉറപ്പിക്കുകയും ചെയ്തു.' ഇതോടെ ഗലീലിയോയെ ജയിലിടച്ച് മൂന്നു നൂറ്റാണ്ട് കഴിഞ്ഞു കത്തോലിക്കാ സഭയുടെ പരമോന്നതനായ പോപ്പ് മാപ്പ് പറയുകയും ഗലീലിയോയെ മഹത്വത്തിന്റെ പീഠത്തിൽ പുനഃ പ്രതിഷ്ഠിക്കാൻ ജോൺ പോൾ മാർപാപ്പ തയ്യാറായി. '(2000 മാർച്ച് 13 മനോരമ) മറ്റു മതങ്ങൾ ഇതുപോലെ തെറ്റുകൾ തിരുത്തിയില്ല എന്ന് മാത്രമല്ല കത്തോലിക്കാ സഭ ഉൾപ്പെടെയുള്ള മതങ്ങൾ വീണ്ടും തെറ്റുകൾ തുടരുന്നുമുണ്ട്.

തത്വചിന്തകരും, യുക്തിചിന്തകരും, ശാസ്ത്രജ്ഞരും പറഞ്ഞതെല്ലാം ശരിയാണെന്ന് ഇന്ന്തെളിഞ്ഞു കൊണ്ടിരിക്കുന്നു. വിശ്വാസികൾ മുറുകെ പ്പിടിച്ചഎത്രയോ ആചാരങ്ങൾ ഇന്ന് ഇല്ലാതായിക്കൊണ്ടിരിക്കുന്നു. എന്നിട്ടും അന്ധവിശ്വാസത്തിനെതിരെ സത്യത്തെ ഉയർത്തിപിടിക്കാൻ ബുദ്ധിജീവികൾ ഇന്നും മടിക്കുന്നു.

വിശ്വാസം ഇന്ന് ഒരു ഫാസിസ്റ്റ് വാക്കായി മാറിയിരിക്കുന്നു. കാരണം അതിനെ ചോദ്യം ചെയ്യാൻ സമ്മതിക്കില്ല. ഈ ഫാസിസ്റ്റ് കാലത്ത് ഈ വാക്ക് ഒരു ഫാസിസ്റ്റ് രൂപവും ധരിക്കുന്നു. ഇത് രാജ്യത്തിന് തന്നെ അപകടമാണ്. ചരിത്രത്തിൽ എന്നും വിശ്വാസവും മതവും ഭരണാധികാരികളും ചൂഷകരുമായി ഒട്ടിയാണ് നിന്നിട്ടുള്ളത്. ഇന്നും ഭരണത്തി ലേറാനും മാറ്റാനും വിശ്വാസത്തെ ഉപയോഗപ്പെടുത്തുന്നു.

തുടക്കത്തിൽ പറഞ്ഞ സോക്രട്ടീസ് ചോദിക്കുന്നു "ഒരു സത്യം ഉറക്കെ ചോദിക്കുന്നത് ദൈവ നിന്ദയാകുമോ" ?

2023 ഓഗസ്റ്റ് 03

ദേവപ്രശ്നം അന്നം മുട്ടിക്കരുത്

തിരുവിതാംകൂർ ദേവസ്വം ബോർഡ് വക കായംകുളം എരുവ ശ്രീകൃഷ്ണസ്വാമി ക്ഷേത്രം മധ്യതിരുവിതാംകൂറിലെ കെട്ട്കാഴ്ചകൾക്കും ഉത്സവ പരിപാടികൾക്കും പ്രസിദ്ധമാണ്. ധാരാളം വിവാഹം നടക്കാറുള്ള ഇവിടെ സപ്താഹയജ്ഞത്തിലും അന്നദാനത്തിലും നൂറുകണക്കിന് ഭക്തരാണ് പങ്കെടുക്കാറുള്ളത്.

നേരത്തെ ഓട് മേഞ്ഞ ക്ഷേത്രം ഇന്ന് ചെമ്പ് മേഞ്ഞും ചുറ്റമ്പലം പിച്ചള തറച്ചും ഒക്കെ പുരോഗതിയിലേക്ക് മാറിയിട്ടുണ്ട്. നല്ല വരുമാനവും ഉണ്ട്. ക്ഷേത്ര കരകളിലാകട്ടെ നാടിന്റെ പുരോഗതിക്കൊപ്പമോ അതിൽ ഒരു പടികൂടി സാമ്പത്തികമായി വളർച്ചയെത്തിയ ധാരാളം കുടുംബങ്ങളും ഉണ്ട്. ക്ഷേത്രത്തെക്കൊണ്ട് നാട്ടുകാർക്ക് ദോഷം ഉണ്ടെന്ന് ആരോപണം കേട്ടിട്ടില്ല.

ഇത്തരമൊരു പശ്ചാത്തലത്തിലാണ് ക്ഷേത്രത്തിൽ ദേവപ്രശ്നം നടന്നത്. ആ ദേവപ്രശ്നത്തിൽ ആകട്ടെ ഉള്ളി വർഗ്ഗങ്ങൾ ഒഴിവാക്കിക്കൊണ്ടുള്ള വൈഷ്ണവ അന്നദാനമേ പാടുള്ളൂ എന്നും, കൂടാതെ വിവിധ ആഘോഷ വേളകളിൽ ക്ഷേത്ര ആചാര വിരുദ്ധമായവ ക്ഷേത്രത്തിലേക്ക് കടത്തരുതെന്നും വിധിച്ചു. ഇതിന്റെ വ്യാഖ്യാനം അനുസരിച്ച് ക്ഷേത്രകലകളല്ലാത്തവ ക്ഷേത്രത്തിൽ നിന്നും പുറത്തേ നടത്താവൂ എന്നായി. ഒപ്പം കേരളീയരുടെ കറികളിൽ പ്രധാനമായ ഉള്ളി വർഗ്ഗങ്ങളും പുറത്തായി.

ദേവപ്രശ്നം അനുസരിച്ച് ഇപ്പോൾ നടന്ന സപ്താഹയ യജ്ഞ അന്നദാനത്തിൽ ഉള്ളി വർഗ്ഗം ഒഴിവാക്കേണ്ടി വന്നതിനാൽ സാമ്പാർ ആദ്യം ഒഴിവാക്കിയെങ്കിലും ഭക്തരുടെ അസംതൃപ്തി മനസ്സിലാക്കി അവസാനം ഉള്ളി വർഗ്ഗം ഒഴിവാക്കിയുള്ള കറി നൽകുകയും ചെയ്തു.

ഭക്ഷണം ഒരു സംസ്കാരത്തിന്റെ ഭാഗമാണ്. ഓരോ മതവും ജാതിയും ഉപജാതിയും എല്ലാം അവരവരുടേതായ ഒരു ഭക്ഷണ സംസ്കാരത്തെ രൂപപ്പെടുത്തി കൊണ്ടുവന്നിട്ടുണ്ട്. (ഇന്നത് കൂടിക്കലർന്നിരിക്കുന്നു) എന്നാൽ ജാതി വിലക്കു കാരണം എല്ലാം കൂട്ടി ഉണ്ണാൻ കഴിയാത്ത അവസ്ഥയും ഇവിടെ നേരത്തെ ഉണ്ടായിരുന്നു. ഉദാഹരണത്തിന് പത്തൊമ്പതാം നൂറ്റാണ്ട് വരെയും താഴ്ന്ന ജാതിക്കാർക്ക് വിവാഹ സദ്യക്ക് കാച്ചിയ പപ്പടം പഞ്ചസാര എന്നിവ ഉപയോഗിക്കാൻ പാടില്ലായിരുന്നുവെന്ന് ചരിത്രം പറയുന്നു. എന്നാൽ ബ്രാഹ്മണർക്കാകട്ടെ ഈ വിലക്കപ്പെട്ടവ കൂടാതെ പാലും വെണ്ണയും നെയ്യും ഒക്കെ ആകാമായിരുന്നു.

ഓരോ ജാതിവ്യവസ്ഥയിലെയും ജനങ്ങൾ എന്താഹാരം കഴിക്കുന്നുവോ അതേ ഭക്ഷണം അവരുടെ ദൈവങ്ങൾക്കും നിവേദ്യമായി നൽകി. ഇതനുസരിച്ച് പണ്ടു വെളുത്തുള്ളിയും മറ്റു ഉള്ളികളും ഉപയോഗിക്കാത്ത ബ്രാഹ്മണർ അവരുടെ ദൈവമായ വിഷ്ണുവിന് അവ ഒഴിവാക്കിയാണ് നിവേദ്യം നൽകി പോന്നത്. ഗോത്ര വിഭാഗത്തിൽപ്പെട്ട ചില ജാതിക്കാർ അവർ കുടിച്ചിരുന്ന കള്ള് അവരുടെ ദൈവങ്ങൾക്ക് നിവേദ്യം ആയി നൽകി പൂജിച്ചു പോന്നു. ഇങ്ങനെ ഓരോ വിഭാഗവും എന്താണോ കഴിച്ചിരുന്നത് അതുതന്നെയായിരുന്നു അവരുടെ ദൈവങ്ങൾക്ക് നൽകിയിരുന്നതെന്ന് ഇതിൽ നിന്നും മനസ്സിലാക്കാം.

അപരിഷ്കൃത മനുഷ്യർ നരബലി ദൈവത്തിന് നൽകി. മനുഷ്യർക്ക് കുറേക്കൂടി സംസ്കാരം വന്നപ്പോൾ മൃഗബലിയായി. പിന്നീടത് കോഴിവെട്ടായി. ഇപ്പോഴത് അരത്തവെള്ളം കൊണ്ട് കുരുതിയായി. ശ്രീനാരായണഗുരു ശിവഗിരിയിൽ ഒരു താന്ത്രിക വിധികളും പാലിക്കാതെ ശാരദ പ്രതിഷ്ഠ നടത്തുകയും അവിടെ വെറും വെള്ളവും പൂവും മാത്രം നിവേദ്യം ആക്കി.

ഇത്തരത്തിൽ അപരിഷ്കൃതത്തിലെ നരബലിയിൽ നിന്ന് മനുഷ്യ സംസ്കാരത്തിന്റെ വളർച്ചയ്ക്ക് അനുസരിച്ചു നിവേദ്യത്തിന് മാറ്റം വന്ന്, ഇന്നത്തെ ശാസ്ത്ര പുരോഗമനഘട്ടത്തിൽ നാം എത്തി നിൽക്കുമ്പോഴാണ് എരുവ ശീകൃഷ്ണസ്വാമി ക്ഷേത്രത്തിൽ ദേവപ്രശ്നത്തിന്റെ പേരിൽ നേരത്തെ പറഞ്ഞതുപോലെയുള്ള ഒരു ബ്രാഹ്മണിക്കൽ പാചകക്കൂട്ടിലേക്ക് മാറുന്നത്. ഇതൊരു പിന്നോക്കം പോകലാണ്. ഇത് ഹിന്ദു സമുദായത്തിന് തന്നെ നാണക്കേടാണ്. ശ്രീനാരായണഗുരു, ചട്ടമ്പിസ്വാമി , അയ്യങ്കാളി, മന്നത്ത് പത്മനാഭൻ തുടങ്ങിയ നവോത്ഥാന നായകന്മാർ ഉയർത്തിപ്പിടിച്ച മൂല്യങ്ങളിൽ നിന്നുള്ള പിന്നോക്കം പോകലും കൂടിയാണ്.

ദേവപ്രശ്ന വിധിപ്രകാരം ഈ കണക്കിന് ചെലവ് കുറഞ്ഞ രീതിയിലുള്ള ഒരു വിവാഹം ക്ഷേത്രത്തിൽ വച്ച് നടത്തി സദ്യ ഒരുക്കി വിളമ്പാൻ കഴിയുമോ? സദ്യയ്ക്ക് തൂശൻ ഇലയിൽ വിളമ്പിയ കറികളുടെ വർണ്ണഭംഗിയും സൗന്ദര്യവും അതിന്റെ കൊതിയൂറുന്ന മണവും അത് രുചിച്ച് ആസ്വദിച്ച് കഴിക്കുന്നതും എല്ലാം അതിലെ പലവ്യഞ്ജന സുഗന്ധ കൂട്ടു കൊണ്ടാണ്. പലവിധ പച്ചക്കറികൾ കണ്ടിച്ചിട്ടു വളരെയധികം പേർക്ക് തൃപ്തികരമായി വേണ്ടുവോളം വിളമ്പാൻ കഴിയുന്ന സാമ്പാറിൽ ദേവപ്രശ്നപ്രകാരമുള്ള ഉള്ളി വർഗ്ഗം ഒഴിവാക്കി ബ്രാഹ്മണിക്കൽ പാചകക്കൂട്ട് കൊണ്ടുവന്നാൽ അത് സാമ്പാർ ആകില്ല. അത് നാം ആസ്വദിച്ചു വന്ന രുചിയെ തന്നെ ഇല്ലാതാക്കും. അത് നമ്മെ മറ്റൊരു രുചിയിൽ എത്തിക്കും.

ക്ഷേത്രപ്രവേശനത്തിന് ശേഷമാണ് മുന്നോക്കക്കാരെ പോലെ പിന്നോക്ക പട്ടിക ജാതി പട്ടികവർഗ്ഗ വിഭാഗങ്ങൾ ക്ഷേത്രങ്ങളിൽ പ്രവേശിച്ചു തുടങ്ങിയത്. ഇതോടെ ഈ വിഭാഗങ്ങളുടെയും കലകൾ ക്ഷേത്രങ്ങളിൽ അവതരിപ്പിച്ചു തുടങ്ങി. നാടകങ്ങളും കഥാ പ്രസംഗങ്ങളും ക്ഷേത്രങ്ങളിൽ അരങ്ങ് തകർത്തപ്പോൾ (വിശേഷിച്ചും കെ.പി.എസി. തുടങ്ങിയ നാടക സംഘങ്ങളും വി സാംബശിവൻ തുടങ്ങിയവരുടെ കഥാപ്രസംഗങ്ങളും) അവയിലെ സാമൂഹിക മാറ്റത്തിന് ഉള്ള പുരോഗമനാശയങ്ങൾ ഉൾക്കൊള്ളാൻ കഴിയാത്ത യാഥാസ്ഥിതികർ ചൊടിക്കുകയും ക്ഷേത്രങ്ങളിൽ ക്ഷേത്ര കലകൾ മാത്രം എന്ന് വാദിച്ചു തുടങ്ങുകയും ചെയ്തു. ഇതിന്റെ ഏറ്റു പറച്ചിലാണ് ഇപ്പോൾ ദേവപ്രശ്നത്തിലൂടെ ഉണ്ടായത്.

ക്ഷേത്രങ്ങൾ തന്നെ കലാപരമായ കൊത്തുപണികളുടെ കേന്ദ്രമാണ്. കലകൾ അവതരിപ്പിക്കുന്നതും അത് കുടുംബസഹിതം വന്നിരുന്നു കണ്ട് ആസ്വദിക്കുന്ന ഒരിടവും നേരത്തെ മുതൽ തന്നെ ക്ഷേത്രങ്ങളിലാണ്. ഇന്ന് പൊതുവിൽ ഒരു പരിപാടി നടത്തുന്നതിനുള്ള സ്ഥലം ഇല്ലാതായിക്കൊണ്ടിരിക്കുമ്പോൾ ക്ഷേത്രങ്ങളിൽ ക്ഷേത്രകല മാത്രം എന്നത് നടപ്പിലായാൽ ജനകീയ കലകൾ കണ്ടാസ്വദിക്കുന്നതിനുള്ള അവസരം ജന-ഭക്തർക്ക് ഇല്ലാതാവുകയാണ്. അങ്ങനെയായാൽ കലകൊണ്ട് ഉപജീവനം നടത്തുന്ന കലാകാരന്മാരുടെ അന്നം തന്നെ മുട്ടുന്നതാണ്.

ആകയാൽ ചിന്താശക്തിയുള്ള പുരോഗമന ശക്തികൾ ഉൾക്കൊള്ളുന്ന എരുവ ക്ഷേത്ര ഭരണസമിതി ജന-ഭക്ത വിരുദ്ധമായ ദേവപ്രശ്ന തീരുമാനങ്ങൾ നടപ്പിലാക്കുന്നതിൽ നിന്നും പിന്തിരിയും എന്ന് പ്രതീക്ഷിക്കുന്നു.

2024 ജനുവരി 01

പത്തിയൂർ ഗ്രാമത്തെ ചരിത്രത്തിൽ നിന്നും ഒഴിവാക്കിയത് എന്തിന് ?

ആലപ്പുഴ ജില്ലയുടെ പ്രാദേശിക ചരിത്രത്തിൽ നിന്നും പത്തിയൂർ ഗ്രാമത്തെ വീണ്ടും ഒഴിവാക്കി. 2019 മാർച്ചിൽ ആലപ്പുഴ ജില്ലാ പഞ്ചായത്ത്, പൊതു വിദ്യാഭ്യാസ വകുപ്പിനെയും ജില്ല സാമൂഹ്യ ശാസ്ത്ര കൗൺസിലിനെയും പങ്കെടുപ്പിച്ചുകൊണ്ട് 'നാട്ടുവഴികൾ' എന്ന ആലപ്പുഴ ജില്ലയുടെ പ്രാദേശിക ചരിത്രം പ്രസിദ്ധീകരിക്കുകയുണ്ടായി. ഇതിനാവശ്യമായ വിവരശേഖരണം നടത്തിയത് ജില്ലയിലെ യു.പി. ഹൈസ്കൂൾതല വിദ്യാർഥികളാണ്. ജില്ലയിലെ നല്ലൊരു വിദഗ്ധ സമിതിക്ക് രൂപംകൊടുത്തുകൊണ്ട് അവർ പരിശോധിച്ച് പുറത്തിറക്കിയ പുസ്തകം വിദ്യാർഥികൾക്കും ഭാവിതലമുറയ്ക്കും ഉപകാരപ്രദമാണ്.

ഇതിൽ വിഷമം ഉണ്ടാക്കിയത്, 400 പേജുകളുള്ള പുസ്തകത്തിൽ പത്തിയൂർ ഗ്രാമത്തെ സംബന്ധിച്ചുള്ള പരാമർശം, 250 വർഷങ്ങൾക്ക് മുമ്പ് തമിഴ് ബ്രാഹ്മണർ പത്തിയൂരെത്തിയതും കായംകുളം രാജാവിന്റെ പടത്തലവൻ ആയ എരുവ അച്യുത വാരിയരുടെയും പിന്നെ തച്ചടി പ്രഭാകരന്റെയും പേര് മാത്രം എന്നുള്ളതാണ്. പത്തിയൂർ പഞ്ചായത്ത് ഹൈസ്കൂളിലെ വിദ്യാർത്ഥികളും വിവരശേഖരണം നടത്തിയിരുന്നു. എന്നാൽ ചരിത്രരചനയിൽ പങ്കെടുത്ത 150 സ്കൂളുകളുടെ പേര് കൊടുത്തിട്ടുള്ള പുസ്തകത്തിൽ പത്തിയൂർ പഞ്ചായത്ത് ഹൈസ്കൂളിന്റെ പേര് പോലുമില്ല. ഈ നിലയിൽ ജില്ലാ പ്രാദേശിക ചരിത്രത്തിൽ നിന്നും പത്തിയൂർ എങ്ങനെ ഒഴിവാക്കപ്പെട്ടു.

ഈ വിമർശനം നിലനിൽക്കുമ്പോഴാണ് 'ആലപ്പുഴയുടെ സ്വാതന്ത്രസമര ജ്വാലകൾ' എന്ന പ്രാദേശിക ജില്ലാ ചരിത്രം കഴിഞ്ഞ മാസം പുറത്തിറക്കിയിരിക്കുന്നത്. ഹൈസ്കൂൾ തല വിദ്യാർത്ഥികളെ ചരിത്രകാരന്മാർ ആക്കി സാമൂഹ്യശാസ്ത്ര കൗൺസിലും പൊതുവിദ്യാഭ്യാസ വകുപ്പും ചേർന്നുള്ള ഒരു വിദഗ്ധസമിതിയുടെ പരിശോധനയിലൂടെയാണ് പുസ്തകം തയ്യാറാക്കി യിരിക്കുന്നത്. ഇതിലും പത്തിയൂരിന് ചുറ്റുമുള്ള ചേപ്പാട്, മുതുകുളം കണ്ടല്ലൂർ, പുതുപ്പള്ളി, കായംകുളം, ചെട്ടികുളങ്ങര പ്രദേശങ്ങളെ പറ്റി പ്രതിപാദിക്കുമ്പോഴും പത്തിയൂർ ഗ്രാമത്തെ ഒഴിവാക്കിയിരിക്കുന്നു. കഴിഞ്ഞ പുസ്തകത്തിലെ പോലെ തന്നെ തച്ചടിയുടെയും എരുവ അച്യുത വാര്യരുടെയും പേരുകൾ മാത്രം.

സ്വാതന്ത്ര്യസമരത്തിലും സാമൂഹ്യ വികാസത്തിന്റെ ചരിത്ര പോ

രാട്ടത്തിലും മറ്റുള്ള പ്രദേശത്തെക്കാളും ഒട്ടും കുറയാത്ത അഭിമാനാർഹമായ പങ്കു പത്തിയൂരിനും ഉണ്ട്.

ആദ്യകാല നവോത്ഥാന നായകനായ ആറാട്ടുപുഴ വേലായുധ പണിക്കർ 1859ൽ നടത്തിയ പത്തിയൂരിലെ അച്ചിപ്പുടവ (ഈഴവ ജാതിക്കാർ മുതൽ താഴോട്ടുള്ളവർക്ക് മുട്ടിനുതാഴെ മുണ്ടു നീട്ടി ഉടുക്കുന്നതിനുവേണ്ടിയുള്ള) സമരം. ഇത് വിജയിപ്പിക്കുന്നതിന് വേണ്ടി നടത്തിയ കർഷകത്തൊഴിലാളി പണിമുടക്ക് നവോത്ഥാന ചരിത്രത്തിലെ തിളക്കമാർന്ന ഒന്നാണ്. (ആലപ്പുഴ ജില്ലയുടെ സ്വാതന്ത്ര്യ സമര ജ്വാലകൾ എന്ന പുസ്തകത്തിൽ ആറാട്ടുപുഴ വേലായുധ പണിക്കർ നടത്തിയ കായംകുളം ഏത്താപ്പ് സമരം, പന്തളം മൂക്കുത്തി സമരം എന്നിവയെപ്പറ്റി പറയുന്നുണ്ടെങ്കിലും പത്തിയൂരിലെ അച്ചിപ്പുടവ സമരത്തെ ഒഴിവാക്കി.)

നവോത്ഥാന പോരാട്ടത്തിൽ മാത്രമല്ല ഇന്ത്യൻ സ്വാതന്ത്ര്യ സമരത്തിലും പത്തിയൂർ അതിന്റെതായപങ്കു വഹിച്ചിട്ടുണ്ട്. 1945 നവംബർ 18ന് സുഭാഷ് ചന്ദ്രബോസിന്റെ നേതൃത്വത്തിലുണ്ടായിരുന്ന ഇന്ത്യൻ നാഷണൽ ആർമിയുടെ ഝാൻസിറാണി റെജിമെന്റിന്റെ കമാൻഡ് ലഫ്റ്റനന്റ് കേണൽ സ്വാമി ലക്ഷ്മിനാഥന് രാമപുരം നൂൽനൂൽപ്പ് സഹകരണ സംഘത്തിന്റെ നേതൃത്വത്തിൽ സ്വീകരണം നൽകുകയുണ്ടായി. ഇത് ജനങ്ങളിൽ വലിയ ആവേശമാണ് സൃഷ്ടിച്ചത്. ഇതോടെ പത്തിയൂർ സമാധാനത്തിന്റെയും ഒപ്പം സായുധ സമരത്തിന്റെയും ഊർജ്ജം സ്വീകരിച്ചു. കെ. കേളപ്പൻ, വിനോബാ ഭാജി, അശോക്മേത്ത തുടങ്ങിയ നേതാക്കളും ഇവിടെ എത്തിയിട്ടുള്ളതായി സ്വാതന്ത്ര്യ സമര സേനാനി രാമപുരം കെ.എസ്. രാഘവൻപിള്ള രേഖപ്പെടുത്തിയിട്ടുണ്ട്. മേട്ടുതറ നാരായണൻ പത്തിയൂർ പടിഞ്ഞാറ് നല്ല വീട്ടിൽ ചർക്കാ ക്ലാസ് നടത്തി. രാമപുരത്ത് രാഘവൻപിള്ള ഗാന്ധിജിയുടെ ആഹ്വാനപ്രകാരം ഹിന്ദി പ്രചാരണവും തുടർന്ന് 1940 ൽ കെ.ആർ കൃഷ്ണപിള്ള ഹിന്ദി വിദ്യാലയം,1944 ൽ നൂൽനൂൽപ്പ് സഹകരണസംഘം എന്നിവയും ആരംഭിച്ചു. പത്തിയൂരിലെ സ്വാതന്ത്ര്യ സമരസേനാനികളിൽ പ്രധാനികളാണ് രാമപുരം കെ.എസ്.രാഘവൻപിള്ള, മേട്ടുതറ നാരായണൻ, കെ.കെ.കൃഷ്ണൻകുട്ടി കുറ്റിത്തറയിൽ കൃഷ്ണപ്പണിക്കർ തുടങ്ങിയവർ.

സ്വാതന്ത്ര്യ സമരത്തിൽ മാത്രമല്ല വർഗ്ഗ സമരചരിത്രത്തിലും പത്തിയൂരിന് അഭിമാനാർഹമായ സ്ഥാനമുണ്ട്. കമ്മ്യൂണിസ്റ്റ് പാർട്ടിയുടെ ഉന്നത നേതാക്കൾ പങ്കെടുത്തു. 1955ൽ നടത്തിയ പത്തിയൂർ ഫാക്ടറിയിലെ കശുവണ്ടി തൊഴിലാളികൾ നൂറുദിവസം നടത്തിയ 'ചൂളസമരം' തുടങ്ങി കർഷകരും കർഷക തൊഴിലാളികളും നടത്തിയ എത്രയെത്ര സമരങ്ങൾ. ഈ സമരങ്ങളിൽ ഒക്കെ പങ്കെടുത്തിട്ടുള്ള

ചരിത്ര സ്രഷ്ടാക്കൾ അവർ താത്ത്വികർ അല്ലാത്തതിനാൽ എഴുതിയിട്ടില്ല. എന്നാലവർ പോരാളികൾ ആയിരുന്നു. നേതാക്കൾ മാത്രമല്ല നേതാക്കളെ നേതാക്കൾ ആക്കിയ പിന്നണി പ്രവർത്തകർക്കും ഒരു ചരിത്രമുണ്ട്. ദേശീയ ചരിത്രരീതിശാസ്ത്രത്തിൽ നിന്നും വ്യത്യസ്തമായി പ്രാദേശിക (സൂക്ഷ്മ) തല ചരിത്രരചന നടത്തുമ്പോൾ പ്രദേശത്തെയും നേതാക്കളെയും വിട്ടു കളയാമോ ?

സ്വാതന്ത്ര്യസമരത്തിലും വർഗ്ഗ സമരങ്ങളിലും മാത്രമല്ല കലാ സാഹിത്യ രംഗത്തും പത്തിയൂർ അറിയപ്പെടുന്നു. സംഗീത നാടക പ്രസ്ഥാനത്തിന്റെ ആരംഭഘട്ടത്തിൽ തന്നെ എരുവ വാരിയത്ത് എം. ചക്രപാണി വാര്യർ (കൊല്ലവർഷം 1037 - 1127) ഹരിശ്ചന്ദ്രചരിതം നാടകം എഴുതി പ്രശസ്തി നേടി. ഒൻപതു നാടകം എഴുതിയ ഇദ്ദേഹം പത്തിയൂർ വിജ്ഞാന സന്ദായിനി എന്ന പ്രൊഫഷണൽ നാടക സംഘവും രൂപീകരിച്ചു. മലയാള ഗദ്യ സാഹിത്യം ആധുനികതയിൽ വളർന്നുവന്ന ഘട്ടത്തിൽ പത്തിയൂർക്കാലയിലെ തെക്കടത്ത് കെ. ആർ. കൃഷ്ണപിള്ള (1867 - 1953) വിജ്ഞാനശകലങ്ങൾ, സൃഷ്ടിചരിതം എന്നീ മൗലിക കൃതികൾ ഉൾപ്പെടെ 9 കൃതികൾ എഴുതി. ശൈലി വല്ലഭൻ എന്നാണ് ഇദ്ദേഹത്തെ വിശേഷിപ്പിച്ചിരുന്നത്. ദേവയാനി ചരിതം ആട്ടക്കഥ എഴുതിയ താഴവന ഗോവിന്ദനാശാൻ (താഴവനയിൽ ഗുരുകുല വിദ്യാഭ്യാസ സമ്പ്രദായം നിലനിന്നിരുന്നു). കഥകളിയിൽ എരുവ വെല്ലംപാടി നമ്പൂതിരിമാർ, ഒട്ടേറെ പുരസ്കാരങ്ങൾ നേടിയ കഥകളി പാട്ടുകാരനായ പത്തിയൂർ കൃഷ്ണപിള്ള, അദ്ദേഹത്തിന്റെ മകൻ കഥകളി സംഗീതജ്ഞൻ ശങ്കരൻകുട്ടി, തുള്ളൽ വിദഗ്ധനും സംസ്ഥാന അവാർഡ് ജേതാവുമായ ഏവൂർ ദാമോദരൻ നായർ, നാടകവും നോവലും എഴുതിയിട്ടുള്ള രാമപുരം കെ. ദാമോദരൻ ആചാരി (പാതകി), അദ്ദേഹത്തിന്റെ മകൻ സാഹിത്യകാരനായ രാമപുരം രാധാകൃഷ്ണൻ, കോലടിക്കളി വിദഗ്ധനായ പത്തിയൂർ കിഴക്ക് കുന്നിൽ വെളുത്ത കുഞ്ഞ് (ആശാൻ), അദ്ദേഹത്തിന്റെ മകൻ കൃഷ്ണൻ, പച്ചിലച്ചാർ കൊണ്ട് ചിത്രം വരച്ചിരുന്ന കന്നേലത്തു ഗോപാലൻ ചാന്നാർ, (ഇദ്ദേഹം വരച്ച ചിത്രങ്ങൾ മാളിയേക്കൽ വായനശാലയിലും പത്തിയൂർ ദേവി ക്ഷേത്രത്തിലും ഇന്നും ഒളിമങ്ങാതെ നിലനിൽക്കുന്നു). ഇങ്ങനെ എത്രയോ കലാ സാഹിത്യകാരന്മാരുടെ ചരിത്രം പത്തിയൂരിന് ഉണ്ട്.

ഈ നിലയിൽ എല്ലാം ഉള്ള സാമൂഹ്യ വികാസ ചരിത്രമാറ്റത്തിൽ പത്തിയൂരിന്റെ അഭിമാനകരമായ പങ്ക് ചരിത്ര പുസ്തകങ്ങളിൽ നിന്ന് ഒഴിവാക്കാൻ പാടില്ല. അങ്ങനെ യായാൽ അത് ചരിത്ര നിഷേധമാണ്.

2022 ഫെബ്രുവരി 05

തൂണേത്ത് സ്കൂൾ പഠനയാത്ര ഒരു മാതൃക

സ്കൂളുകളിൽ നിന്നെല്ലാം പഠനയാത്രയ്ക്ക് പോകുന്നുണ്ട്. ആ യാത്രകളെല്ലാം അംഭിക്കുന്നത് അതാത് സ്കൂളിൽ നിന്നാണ്. എന്നാൽ കായംകുളം പത്തിയൂർ ഗവ.എസ്.കെ.വി.എൽ.പി. (തൂണേത്ത്) സ്കൂൾ കുട്ടികളാകട്ടെ കുട്ടനാടിന്റെ ഏറ്റവും തെക്കേ അറ്റമായ അപ്പർ കുട്ടനാടിന്റെ ഭാഗമായ പത്തിയൂർ കരിപ്പുഴ ഉള്ളിട്ട പുഞ്ചയിൽ നിന്നാണ് പഠനയാത്ര ആരംഭിക്കുന്നത്.

കോവിഡ് കാലമൊഴിച്ച് തുടർച്ചയായ വർഷങ്ങളിലായി "വേനൽക്കുളിര് " എന്ന പേരിൽ പുഞ്ചയിൽ നിന്നും കായലോരത്തേക്കും, പുഞ്ചയോരത്തുനിന്നും പുഴയോരത്തേക്കും, പുഞ്ചയോരത്തു നിന്നും കടലോരത്തേക്കും പുഞ്ചയോരത്തുനിന്നും മലയോരത്തേക്കും ഇപ്പോൾ ഇതാ ഈ വിദ്യാഭ്യാസവർഷം (2024 - 25) പുഞ്ചയോരത്തു നിന്നും കണ്ടൽകാടുകളിലെക്കും പഠനയാത്ര നടത്തി.ഓരോ യാത്രയിലും എത്തിച്ചേരുന്ന സ്ഥലത്ത് ആ സ്ഥലത്തെ വിദഗ്ധരെ കൊണ്ട് ക്ലാസ്സും നടത്തിവരുന്നു. പഠനയാത്രയാരംഭിക്കുന്ന പത്തിയൂർ പുഞ്ചയെ കുട്ടികൾ തൊട്ടറിഞ്ഞുകൊണ്ട് പുഞ്ചയിൽ വളരുന്ന നെൽച്ചെടിയുടെ പച്ചപ്പട്ട് പുതച്ച മനോഹരമായ പ്രകൃതി ഭംഗി അസ്വദിച്ച് ജൈവവൈവിധ്യത്തെ മനസ്സിലാക്കികൊണ്ടായിരുന്നു ഈ യാത്രകളെല്ലാം.

ആകൃതി പ്രകൃതി ഭംഗികൊണ്ട് അനുഗ്രഹീതമായ 900 ഏക്കർ ഉള്ള പത്തിയൂർ കരിപ്പുഴ ഉള്ളിട്ട പുഞ്ച, 5710 കൊല്ലത്തെ പഴക്കമുണ്ടെന്ന് തിരുവനന്തപുരം ലാൽ ബഹദൂർശാസ്ത്രീ (എൽ.ബി.എസ്.) ഗവേഷകർ തെളിയിച്ച കാണ്ടാമരങ്ങൾ ഒളിഞ്ഞുകിടക്കുന്ന പുഞ്ച, കേരള വർമ്മവലിയോകോയിത്തമ്പുരാൻ തന്റെ മയൂരസന്ദേശത്തിൽ

"രണ്ടും മൂന്നും തവണ കൃഷിയേറ്റുന്ന കണ്ടങ്ങളേയും
വണ്ടും ഞണ്ടും വടിവൊട് കളിക്കുന്ന കച്ഛങ്ങളേയും
തണ്ടും കെട്ടിത്തരമൊട് ചരിക്കുന്ന വള്ളങ്ങളേയും
കണ്ടും കൊണ്ടച്ചെറു പുഴകൾ തൻ തീരമാർഗ്ഗേണ".
എന്ന് വർണിച്ചിട്ടുള്ള പത്തിയൂർ തോടും പുഞ്ചയും

പുഞ്ചപ്പാടത്തെ പൂങ്കുയിലേ
പുന്നാരപ്പാട്ടൊന്നു പാടാമോ
ആക്കണ്ടം നട്ടുഞാൻ

ഇക്കണ്ടം നട്ടുഞാൻ
മേലേക്കണ്ടത്തിൽ ഞാറു നട്ടു.

എന്ന നാടൻ പാട്ട് ഇന്നും പ്രതിധ്വനിക്കുന്ന പുഞ്ച. കർക്കിടക സംക്രാന്തി നാളിൽ

"പഞ്ഞമെല്ലാം അങ്ങോട്ട്
പൊന്നുംപണവും ഇങ്ങോട്ട്"

എന്ന് ചൊല്ലി പഞ്ഞത്തെ വെള്ളയ്ക്കാത്തേരിലേറ്റി വലിച്ചു വെള്ളത്തിലേക്കൊഴുക്കിയിരുന്ന പുഞ്ച, നവോത്ഥാനനായകൻ ആറാട്ടുപുഴ വേലായുധപ്പണിക്കർ മുണ്ട് നീട്ടിയുടുക്കൽ സമരത്തിന് നേതൃത്വം നൽകിയ പത്തിയൂർ പുഞ്ചയോരം, ജന്മിത്തത്തിനെതിരെ ചരിത്ര പോരാട്ടമായ കണ്ണമംഗലം സമരം നടന്നതും ഈ സമരാവേശത്തിന്റെ സൃഷ്ടിയായ എ.പി. കളയ്ക്കാടന്റെ "സംക്രാന്തി" നോവലിന് പ്രചോദനം നൽകിയ പുഞ്ച. വി. സാംബശിവൻ ഈ സംക്രാന്തി നോവൽ കഥാപ്രസംഗമായി നാടുനാടുതോറും പറഞ്ഞു പരത്തി ആവേശം കൊള്ളിച്ചതുൾപ്പെടെ എന്തെല്ലാം എന്തെല്ലാം ചരിത്രവും കലയും സാഹിത്യവും സാംസ്കാരവുമെല്ലാമടങ്ങുന്ന പുഞ്ച. ജനങ്ങൾ ഭാവിയിൽ ഒരല്പം ശുദ്ധവായുവിന് വേണ്ടി എത്തിച്ചേർന്നേക്കാവുന്ന പുഞ്ച. ഇങ്ങനെയൊക്കെയുള്ള ഈ പുഞ്ച വെറുമൊരു കറുത്ത ചെളിയല്ലന്ന് തൂണേത്ത് സ്കൂൾ തിരിച്ചറിഞ്ഞുകൊണ്ട്, സ്വന്തം പ്രദേശത്തെ ആദ്യം അറിയുക എന്ന ലക്ഷ്യത്തോടെ ഓരോ പഠനയാത്രയിലും കുട്ടികൾ തങ്ങളുടെ കുഞ്ഞു കാലുകൾ പുഞ്ചയിൽ സ്പർശിച്ച് മുത്തം ചെയ്തും എന്നിട്ടവർ അന്നം നൽകുന്ന പുഞ്ചയേയും അവിടുത്തെ മനുഷ്യരുടെ അദ്ധ്വാനത്തിന്റെ മഹത്വത്തെ ഉയർത്തിപ്പിടിച്ചുകൊണ്ട് റിപ്പബ്ലിക്ക് ദിനത്തിൽ രാഷ്ട്രത്തിന് നൽകിയതിനേക്കാൾ ഒട്ടും കുറവല്ലാത്ത സല്യൂട്ട് തൂണേത്ത് സ്കൂൾ കുട്ടികൾ പത്തിയൂർ പുഞ്ചയ്ക്ക് നൽകി. ഈ യാത്രാ പരിപാടികൾ ആസൂത്രണം ചെയ്യുന്നതും നേതൃത്വം നൽകുന്നതും എച്ച്.എം. ഉൾപ്പെട്ട എസ്.എം.സി. ആണ്. ഈ വേനൽക്കുളിരിന്റെ ആശയം സ്കൂൾ അദ്ധ്യാപകൻ ജി. കൃഷ്ണകുമാറിന്റേതാണ് (മുതുകുളം ഗുരുകുലം). ഇതിന്റെ കോർഡിനേറ്ററും അദ്ദേഹം തന്നെ.

തൂണേത്ത് സ്കൂൾ കുട്ടികൾ എന്ന പോലെ പലരും ഈ പുഞ്ചയെ ഇതിനോടകം കേട്ടറിഞ്ഞു കാണാൻ വരുന്നുണ്ട്. എന്നാൽ ആരോടും പറയാതെ ദൂരെ സ്ഥലങ്ങളിൽ നിന്നും വെള്ളകൊക്കുകൾ ഇവിടെ എത്തുന്നു. വിളവിറക്കു കാലത്ത് ഇവകൂട്ടമായി വന്ന് ഇടയ്ക്കിടക്ക് ഒന്നിച്ചു പൊങ്ങിയും പിന്നീട് ഒന്നിച്ചതാണും അങ്ങനെ ആവർത്തിച്ചാവർത്തിച്ച് പൊങ്ങുകയും താഴുകയും

ചെയ്യുന്നത് വിസ്മയ കാഴ്ചയാണ്. ഇത്തരം പുഞ്ചകാഴ്ചകളും പുഞ്ചകളുടെ മനോഹാരിതയും കണ്ടാസ്വദിക്കാനും പുഞ്ചയുടെ ചരിത്രവും സംസ്കാരവും കലയും സാഹിത്യവുമെല്ലാം ചർച്ച ചെയ്യാനും കുട്ടികൾക്ക് ഉല്ലസിക്കാനുമൊക്കെയായി ഈ പുഞ്ചയോരത്ത് ഒരു "പാർക്ക്" അത്യാവശ്യമാണ്.

2025 ഫെബ്രുവരി 01

സ്കൂൾ കുട്ടികൾക്ക് കുട്ടനാടൻ കുത്തരിച്ചോറു നൽകണം

ഗവൺമെന്റ് വിദ്യാർത്ഥികൾക്കായി ഉച്ചയൂണിന് സ്കൂളുകളിൽ നൽകുന്നത് സിവിൽ സപ്ലൈസ് വഴി അന്യ സംസ്ഥാനങ്ങളിൽ നിന്ന് വരുന്ന ചാക്കരിയാണ് . ഇതിന്റെ ചോറ് പശ ഉള്ളതിനാൽ കുട്ടികൾ കഴിക്കാൻ മടിക്കുന്നു.അതുകൊണ്ട് കുട്ടനാടൻ കുത്തരി സ്കൂളുകൾക്ക് നൽകണം. ഇതിന്റെ ചോറ് കുട്ടികൾ കഴിക്കുമ്പോൾ നാടിന്റെ കൃഷിയും രുചിയും അതിന്റെ സംസ്കാരവും അവർ അറിയും. കുട്ടികളുടെ ശാരീരികവും ബുദ്ധിപരവുമായ വളർച്ചയ്ക്ക് നല്ല വിദ്യാഭ്യാസവും ഒപ്പം നല്ല ഭക്ഷണവും ആവശ്യമാണ്.

എങ്ങനെ വായിച്ച് മനസ്സിലാക്കും.?

ഈ വായനാദിനത്തിന് ഒരാഴ്ച മുമ്പ് തുടങ്ങിയതാണ് കഴിഞ്ഞ എൽ.ഡി.എഫ് മന്ത്രിസഭയുടെ കാലത്ത് സർവ്വകക്ഷി തീരുമാനപ്രകാരം കർഷകർക്ക് അവരുടെ ഭൂമിയിൽ വളർത്തിയതോ തനിയെ കിളിർത്തതോ വൃക്ഷങ്ങൾ വിലകൊടുത്തു റിസർവ് ചെയ്തതുമായതും ഗവൺമെന്റ് വിലക്കപ്പെട്ട തല്ലാത്തതുമായ മരം മുറിക്കാം എന്നുള്ള മന്ത്രിസഭാ തീരുമാനത്തിന്റെ ഉത്തരവ് സംബന്ധമായ വാദപ്രതിവാദം.

ഈ ഉത്തരവ് സംബന്ധിച്ച് ഭരണകക്ഷി പറയുന്നത് പ്രതിപക്ഷത്തിന് മനസ്സിലാകുന്നില്ല. മന്ത്രി വിശദീകരിക്കുന്നത് മന്ത്രിസഭയിലെ ഘടകകക്ഷി മന്ത്രിക്ക് തന്നെ മനസ്സിലാകുന്നില്ല. മാധ്യമങ്ങളായ മാധ്യമങ്ങളും വിദഗ്ധരും ചർച്ച ചെയ്തിട്ടും വ്യാഖ്യാനിച്ചിട്ടും വ്യക്തതയും അവ്യക്തതയും തമ്മിൽ തിരിച്ചറിയാൻ കഴിയാത്തതാണ് ഈ ഉത്തരവുകൾ. അപ്പോൾ സാധാരണക്കാരുടെ കാര്യമോ?.

ഈ ഉത്തരവ് വായിച്ചു മനസ്സിലാക്കാൻ കഴിയാതിരുന്ന ചില റവന്യൂ ഉദ്യോഗസ്ഥർ മരംമുറി നിയമവിരുദ്ധമെന്ന് കണ്ടു വിലക്കി. എന്നാൽ തടി കച്ചവട മാഫിയാസംഘങ്ങൾ ഒറ്റ നോട്ടത്തിൽത്തന്നെ വായിച്ചു മനസ്സിലാക്കി. അവർ കച്ചവടം നടത്തി തടി വെട്ടി കടത്തിക്കൊണ്ടുപോയി. അപ്പോൾ വീണ്ടും ഉത്തരവു വരുന്നു അതും ആദ്യത്തെ പോലെ തന്നെ അവ്യക്തത എന്ന് ഇപ്പോൾ ചർച്ച. ഈ ഉത്തരവുകൾ വായിച്ചു മനസ്സിലാക്കാൻ കഴിയാതെ തടി മുറിച്ചു വിറ്റ് വഞ്ചിതരായ ആദിവാസികൾ ഇപ്പോൾ പ്രതികൾ ആകുന്നു.

നമ്മുടെ രാജ്യത്ത് നിയമവും ചട്ടവും ഉണ്ട്. അത്(1)ൽ കക്ഷിക്ക് അനുകൂലമെങ്കിൽ അതിൽത്തന്നെ (1) ൽ വലിയ (A) വിരുദ്ധമാകും. അതിൽ തന്നെ (1) ചെറിയ (a)ൽ എന്നാലും, അല്ലെങ്കിൽ തുടങ്ങി ഈ നിയമത്തിൽ എന്തുതന്നെ പറഞ്ഞാലും എന്നുപറഞ്ഞ് പണ്ടത്തെ ഒരു നിയമത്തെയും കൂടി കൂട്ടിച്ചേർത്തു പിടിപ്പിക്കും. ഇതോടെ ഒരു പാവപ്പെട്ട മനുഷ്യൻ മുഖ്യമന്ത്രിയുടെ ഭാഷയിൽ പറഞ്ഞാൽ 'ഫയലിലുള്ള ജീവൻ' ആത്മഹത്യ ചെയ്തിരിക്കും. ഇത്തരം മനസ്സിലാകാത്ത ഭാഷയ്ക്കും വകുപ്പുകൾക്കും രീതിക്കും ഇന്നും ബ്രിട്ടീഷുകാരെ കുറ്റപ്പെടുത്തുന്നു.

വായനയിൽ കഥകളും നോവലുകളും കവിതാസാഹിത്യങ്ങളും ശാസ്ത്രവും രാഷ്ട്രീയവും തുടങ്ങിയവമാത്രമല്ല നമുക്ക് നിയമങ്ങളും ചട്ടങ്ങളും വായിക്കാൻ കഴിയണം. അത് വ്യക്തതയുള്ളതും ദൃഢതയും ദുർവ്യാഖ്യാനം നടത്താൻ ഇടയില്ലാത്തതും ലളിതവും

മനുഷ്യത്വം ഉള്ളതുമായിരിക്കണം അത് മലയാളത്തിലും ആകണം.

നിയമം ജനങ്ങൾക്കും സമൂഹത്തിന്റെ വളർച്ചയ്ക്കും ഉതകുന്നതാകണം. ചൂഷകാധിപത്യ ഭരണകൂടത്തിൽ നിയമം ഇതിന് വിരുദ്ധമായേ നിലകൊള്ളൂ. ഇന്നത്തെ ജീർണിച്ചതും ജനവിരുദ്ധവുമായ നിയമത്തിനും ചട്ടത്തിനും എതിരെ യുള്ള ജനകീയ ശബ്ദം ഇനിയും ശക്തമാകേണ്ടിയിരിക്കുന്നു.

2021 ജൂൺ 19

ദേശീയപാതയും കായംകുളവും

സ്വർഗ്ഗത്തിലേക്കുള്ള പാത വളരെ ദുർഘടമാണ്. ഇപ്പോഴത്തെ പണി പൂർത്തീകരിച്ചാൽ അതിലേറെ പ്രയാസമായിരിക്കും കായം കുളത്തുകാർക്ക് സ്വർഗീയ ദേശീയപാതയിലേക്ക് കടക്കാൻ. അതു കൊണ്ടുതന്നെ സമരവും നടക്കുന്നു.

എന്നാൽ കായംകുളത്ത് മാത്രമാണോ ഈ ദുർഗതി. കായംകു ളത്തിന് വടക്ക് പുത്തൻ റോഡ് ജംഗ്ഷനിൽ നിന്നും മൂന്ന് കിലോ മീറ്റർ ദൂരത്തിൽ രാമപുരത്താണ് അടുത്ത അടിപ്പാത. ഇതോടെ ദേ ശീയപാത പത്തിയൂർ ഗ്രാമത്തിലെ ജനങ്ങൾക്ക് ഇരുഭാഗത്തേക്കും കടക്കാൻ കഴിയാത്ത വിധം രണ്ടായി മുറിച്ചു. എന്നിട്ട് പ്രധാനപ്പെട്ട ജംഗ്ഷനുകളായ കരീലക്കുളങ്ങരയിലും മാളിയേക്കലും അടിപ്പാത നിർമ്മിച്ചതും ഇല്ല. ഇതുമൂലം ദേശീയപാതയ്ക്ക് ഇരുവശത്തും ഉള്ള വർ എന്തും മാത്രം ചുറ്റിക്കറങ്ങി വേണം ദേശീയപാത മുറിച്ചു കട ക്കാൻ. സമയം നഷ്ടം, സാമ്പത്തിക നഷ്ടം.

എന്നാൽ കോർപ്പറേറ്റ് ആശയ ഉത്പാദകർ പറയുന്നത്, ഗൾഫിൽ നോക്കൂ വടക്കേ ഇന്ത്യയിൽ നോക്കൂ കുറെ കഴിയു മ്പോൾ ഇവിടുത്തുകാരും പൊരുത്തപ്പെട്ടു കൊള്ളും എന്നാണ്. ഒന്ന് ഓർക്കണം, ഒരു പദ്ധതിയും ഒരിടത്തുനിന്നും മറ്റൊരിടത്തേ ക്ക് പറിച്ചു നടാൻ ശ്രമിക്കരുത്. ഒരോത്തടുത്തും നടപ്പിലാക്കുമ്പോൾ അതാത് സ്ഥലത്തെ പരിസ്ഥിതിയും ജനസാന്ദ്രതയും കണക്കിലെ ടുക്കണം. ഇതാണ് കോർപ്പറേറ്റ് വികസന പാതയ്ക്ക് ഇല്ലാത്തത്. ജനസാന്ദ്രത കൂടിയ ഇവിടെ ഓരോ കിലോമീറ്റർ അകലത്തിൽ എങ്കിലും അടിപ്പാത വേണ്ടിയിരുന്നു. ഇനി ബുദ്ധിമുട്ട് കുറച്ചെങ്കി ലും പരിഹരിക്കാൻ കരീലക്കുളങ്ങരയിലും മാളിയേക്കലും, രാമപു രത്തും മേൽപാലം ആവശ്യമാണ്.

എം.പി.യും എം.എൽ.എയും ആണെങ്കിൽ പ്രശ്നമുള്ളടുത്തു മാത്രം ഇടപെടുന്നു. തങ്ങളുടെ നിയോജകമണ്ഡലത്തെ ആകെ കണ്ടുകൊണ്ട് വേണ്ടുന്ന മാറ്റം പ്രോജക്ടിൽ വരുത്തുവാൻശ്രമിക്കു ന്നില്ല. എം.പി ആകട്ടെ കായംകുളത്ത് മേൽപ്പാലം വന്നാൽ അതിന്റെ ക്രെഡിറ്റ് വേണ്ടെന്ന് പറഞ്ഞു കഴിഞ്ഞു. (പത്രവാർത്ത 23/7/23) ഇനി ദേശീയപാതയിലേക്കുള്ള ദുർഘടപാതയിൽ എത്രപേർ അവ ശേഷിക്കും.

വികസന പ്രവർത്തനത്തിന് പദ്ധതികൾ തയ്യാറാക്കുമ്പോൾ ആ പ്രദേശത്തുള്ളതല്ലാത്തവർ പ്രദേശവാസികളുമായി ചർച്ച ചെയ്യാതെ എവിടെയെങ്കിലും ഇരുന്ന് പദ്ധതികൾ തയ്യാറാക്കുന്ന

തിന്റെ ഫലവും കൂടിയാണിത്. ജനകീയ ആസൂത്രണത്തിന്റെ നാട്ടിലാണ് ഇതൊക്കെ നടക്കുന്നത്.

2023 മാർച്ച് 07

പ്രൊവിഡൻ ഫണ്ട് നിക്ഷേപം സ്വകാര്യ മേഖലയ്ക്ക് നൽകരുത്

ശമ്പളത്തിന് അനുസരിച്ച് ഇ.പി.എഫ്. പെൻഷൻ അനുവദിക്കണമെന്ന് കോടതി വിധി ഉണ്ടായിട്ടും പരിഗണിക്കാതെ പെൻഷൻകാരെ ദ്രോഹിക്കുന്ന കേന്ദ്ര ഗവൺമെന്റ് ഇപ്പോൾ തൊഴിലാളികളുടെ പ്രൊവിഡന്റ് ഫണ്ട് നിക്ഷേപം സ്വകാര്യമേഖലയിൽ ആക്കാൻ തീരുമാനിച്ചുകൊണ്ട് മറ്റൊരു ദ്രോഹം കൂടി ചെയ്യുന്നു.

ഇതുവരെ സർക്കാർ ബോണ്ടുകളിലും ഓഹരികളിലും മാത്രമാണ് പ്രൊവിഡന്റ് ഫണ്ട് നിക്ഷേപം നടത്തിയിരുന്നത്. വർഷം രണ്ട് ലക്ഷം കോടി രൂപയോളം പ്രൊവിഡന്റ് ഫണ്ട് തുക കേന്ദ്ര ഫണ്ടിൽ എത്തുന്നുണ്ട്. വികസന പ്രവർത്തനത്തിന് പണമില്ലെന്ന് പറഞ്ഞ് പൊതുമേഖലാ സ്ഥാപനങ്ങൾ വിറ്റഴിക്കുന്ന കേന്ദ്ര ഗവൺമെന്റാണ് സർക്കാരിന്റെ കൈവശം എത്തുന്ന ഈ ഫണ്ട് സ്വകാര്യമേഖലയ്ക്ക് വിടുന്നത്.

തൊഴിലാളികളുടെ അധ്വാനത്തിന്റെ ഭാഗമായ അവരുടെ ഭാവി സുരക്ഷിതത്വത്തിന് വേണ്ടിയുള്ള സമ്പാദ്യമാണ് സ്വകാര്യമേഖലയിലെ ബോണ്ടുകളിലും ഓഹരികളിലും കൂടി ഗവൺമെന്റ് നിക്ഷേപിച്ച് മുതലാളിമാർക്ക് ലാഭമുണ്ടാക്കാൻ ആയി നൽകുന്നത്. ഇതുമൂലം തൊഴിലാളികൾക്ക് പലിശ കിട്ടും എന്നാണ് ഗവൺമെന്റ് പറയുന്നത്. ഇന്ത്യൻ കുത്തക മുതലാളിമാർ ബാങ്ക് ലോൺ എടുത്ത് തിരിച്ചടയ്ക്കാതെ അവസാനം ലോൺ ഗവൺമെന്റ് കിട്ടാക്കടമായി എഴുതിത്തള്ളുകയും ചിലർ വിദേശത്തേക്ക് ഒളിക്കുകയും ചെയ്യുന്ന ഒരു നാട്ടിലാണ് തൊഴിലാളികളുടെ പണമെടുത്തു ഓഹരിക്കമ്പോളത്തിനായി വിട്ടുനൽകുന്നത്. ഇതിന് ഗവൺമെന്റ് ഗ്യാരണ്ടി ഉണ്ടോ?. ഓഹരി മാർക്കറ്റിൽ ഊഹക്കച്ച വടത്താൽ കോടികളുടെ കൈമാറ്റത്തിലൂടെ നെഞ്ച്ടിക്കുന്ന കച്ചവടമാണ് നടക്കുന്നത്. ഊഹക്കച്ച വടത്തിലൂടെ ഓഹരികളുടെ വില കയറുകയും ഇടിക്കുകയും ചെയ്യും. എന്നാൽ ഇതിന് സ്ഥാപനത്തിന്റെ ഉത്പാദനവുമായി യാതൊരു ബന്ധവുമില്ല. ഇങ്ങനെ അടിസ്ഥാനപരമായി ഉല്പാദനവുമായി യാതൊരു ബന്ധവുമില്ലാത്ത ഷെയർ വിലയിലെ വളർച്ച ഷെയർ മാർക്കറ്റിലെ ആടി ഉലച്ചിൽ സോപ്പുകുമിള പോലെ പൊട്ടിത്തകർന്ന എത്രയോ കറുത്ത വെള്ളിയാഴ്ച നാം കണ്ടിട്ടുണ്ട്. ഇങ്ങനെ എത്രയോ പേർ പൊട്ടിത്തകർന്നു. ഈ നിലയിൽ നഷ്ടപ്പെടുവാൻ ഉള്ളവരുടെ പണത്തിനുപകരം പാവം പിടിച്ച കശുവണ്ടി തൊഴിലാളികൾ മറ്റു പരമ്പ രാഗത തൊഴിലാളികൾ ഉൾപ്പെ

ടെയുള്ള മറ്റ് തൊഴിലാളി വർഗ്ഗത്തിന്റെയും പണം ഇങ്ങനെ വിട്ടു കൊടുക്കാൻ പാടുള്ളതല്ല. ഇക്കണക്കിന് പാവപ്പെട്ട തൊഴിലാളികൾ ഊറിയും ഉറുമ്പിയും ഉണ്ടാക്കി അടുക്കളയിൽ സൂക്ഷിച്ചിരിക്കുന്ന പണവും കൂടി നാളെ ഇവർ തട്ടി എടുത്തേക്കാം.

2021 നവംബർ 21

മോദി ഗവൺമെന്റിന്റെ സാമ്രാജ്യത്ത വിധേയത്വവും കീഴടങ്ങലും

ഇന്ത്യയിൽ പൂനൈ ഇൻസ്റ്റിറ്റ്യൂട്ട് ഉൽപാദിപ്പിക്കുന്ന കോവിഡ് വാക്സിന്റെ അസംസ്കൃത വസ്തു അമേരിക്കയിൽ നിന്നാണ് ഇറക്കുമതി ചെയ്യുന്നത്. ഇതിന്റെ ഇന്ത്യയി ലേക്കുള്ള കയറ്റുമതി അമേരിക്ക നിരോധിച്ചു. ഈ തീരുമാനം പുനപരിശോധിക്കണമെന്ന് ഇന്ത്യ ആവശ്യപ്പെട്ടപ്പോൾ തങ്ങളുടെ ആവശ്യം കഴിഞ്ഞ് മാത്രമേ ഇന്ത്യയ്ക്ക് ഉള്ളൂ എന്നാണ് അമേരിക്ക മറുപടി പറഞ്ഞത്. (ഇപ്പോൾ നൽകാമെന്ന് പറയുന്നുണ്ട്)

എന്നാൽ 2020 ഏപ്രിലിൽ ഇന്ത്യയിൽ കോവിഡ രോഗം പരന്നതോടെ മലേറിയ മരുന്നായ ഹൈഡ്രോക്സ് ക്ലോറോക്വന്റയുടെ കയറ്റുമതി ഇന്ത്യ നിരോധിച്ചു. (ഈ മരുന്ന് കോവിഡ് രോഗത്തിന് നൽകിയിരുന്നു). അമേരിക്ക ആവശ്യപ്പെട്ട ഈ മലേറിയ മരുന്നിന്റെ കയറ്റുമതിക്കുള്ള വിലക്ക് ഇന്ത്യ പിൻവലിച്ചില്ലെങ്കിൽ തിരിച്ചടി നേരിടേണ്ടി വരുമെന്ന് പ്രധാനമന്ത്രി മോദിയുടെ അടുത്ത സുഹൃത്തുകൂടിയായ പ്രസിഡന്റ് ട്രംപ് മുന്നറിയിപ്പ് നൽകിയതും ഇന്ത്യാഗവൺമന്റ് ഉടൻ തീരുമാനം പിൻവലിക്കുകയും ആണ് ഉണ്ടായത്. കഴിഞ്ഞ ഒരാഴ്ച മുമ്പ് അമേരിക്കൻ നാവിക കപ്പൽ ഇന്ത്യയുടെ അനുവാദം ചോദിക്കാതെ ഇന്ത്യൻ മഹാസമുദ്രത്തിൽ പ്രവേശിച്ചതിന് വിമർശനം ഉണ്ടായപ്പോൾ അത് തങ്ങളുടെ അവകാശം ആണെന്നാണ് അമേരിക്ക മറുപടി പറഞ്ഞത്. ഇതിനെതിരെ ഇന്ത്യ പ്രതികരിച്ചത് പോലുമില്ല.

ഇതെല്ലാം കാണിക്കുന്നത് അമേരിക്കൻ വിധേയത്വത്തിന്റെയും കീഴടങ്ങലിന്റെയും ഇന്ത്യൻ ഭരണകൂടത്തിന്റെ വർഗ്ഗ സ്വഭാവമാണ്.

2024 ഏപ്രിൽ 29

മോദി ഗവൺമെന്റിന്റെ മെയ്ക്ക് ഇൻ ഇന്ത്യയും കോർപ്പറേറ്റ് സംരക്ഷണവും

കോവിഡ് വൈറസിനെതിരെ ലണ്ടനിലെ ഓക്സ്ഫോർഡ് സർവകലാശാല വികസിപ്പിച്ച വാക്സിൻ ആണ് കോവി ഷീൽഡ്. ഇതിന്റെ ഇന്ത്യൻ നിർമ്മാണാവകാശം നേടിയ സ്വകാര്യ സ്ഥാപന മാണ് സിറം ഇൻസ്റ്റിറ്റ്യൂട്ട്. ഇവർ വാക്സിന് ആവശ്യമായ അസം സ്കൃതവസ്തുക്കൾ അമേരിക്കയിൽ നിന്നും ഇറക്കുമതി ചെയ്തു ഓക്സ്ഫോർഡ് സർവകലാ ശാലയുടെ സാങ്കേതിക വിദ്യ ഉപയോ ഗപ്പെടുത്തിക്കൊണ്ട് ഇന്ത്യയിൽ ഉൽപാദനം നടത്തുന്നു. അതായത് സാങ്കേതികവിദ്യയും അസംസ്കൃത വസ്തുക്കളും വിദേശീയം. കുപ്പിയും അടപ്പും സ്വദേശീയം. വാക്സിൻ ബോട്ടിലിൽ ലേബൽ ഒട്ടിക്കുമ്പോൾ മെയ്ക്ക് ഇൻ ഇന്ത്യ. ഇത് ഇന്ത്യാ ഗവൺമെന്റന്റെ മെയ്ക്ക് ഇൻ ഇന്ത്യയുടെ ഒരു മാതൃകയാണ്. ഇതിലൂടെ വാക്സി ന്റെ അസംസ്കൃത വസ്തുക്കളിലും വാക്സിൻ നിർമാണത്തിലെ സാങ്കേതികജ്ഞാനത്തിന്റെ പേറ്റന്റലും ആധിപത്യം ഉറപ്പിച്ചിരിക്കു ന്ന സാമ്രാജ്യത്തമൂലധന ശക്തികൾ ഇന്ത്യയുടെ മേൽ നടത്തുന്ന ചൂഷണം മറച്ച് വെക്കപ്പെടുന്നു.

കോവിഷീൽഡ് ഉൽപ്പാദനത്തിനായി ഇന്ത്യ ഗവൺമെന്റ് 3000 കോടി രൂപാ ധനസഹായം നൽകി എന്ന് കേന്ദ്ര ഗവൺമെന്റ്. എന്നാൽ വാക്സിന്റെ ഉൽപ്പാദനച്ചെലവ് എത്ര എന്ന് നോക്കാതെ പകുതി ഉൽപ്പന്നത്തിന് കമ്പനിക്ക് വില നിശ്ചയിക്കാനുള്ള അവകാ ശവും ഗവൺമെന്റ് നൽകി. അവർ പല വില നിശ്ചയിച്ചു.

ഇന്ത്യ സ്വദേശിയുമായി വികസിപ്പിച്ച കോ വാക്സിന്റെ നിർമ്മാ താക്കളായ ഭാരത് ബയോടെക്നും 1500 കോടി രൂപ കേന്ദ്രം നൽകി. അവരും പല വില നിശ്ചയിച്ചു. പല വിലയും കൂടിയ വിലയും കോട തിയിലെത്തി. ഇപ്പോൾ സുപ്രീം കോടതി കേന്ദ്ര ഗവൺമെന്റിനോട് ചോദിക്കുന്നു 'ഡ്രഗ്സ് കണ്ട്രോൾ നിയമവും പേറ്റന്റ് നിയമവും ഉപ യോഗിച്ച് വാക്സിൻ വിലയുടെ കാര്യത്തിൽ സർക്കാരിന് ഇടപെടാം. ഇപ്പോഴല്ലെങ്കിൽ പിന്നെ എപ്പോഴാണ് ഇടപെടുക.

ഇതിനുത്തരം കാണേണ്ടത് ഇന്ത്യ നേരത്തെ തന്നെ സാമ്രാ ജ്യത്വ കോർപ്പറേറ്റ് താൽപ്പര്യത്തിനായി പല ജീവൻരക്ഷാ മരുന്നു കളുടെയും വില നിയന്ത്രണം എടുത്തു കളഞ്ഞ പുത്തൻ സാമ്പ ത്തിക നയത്തിൽ നിന്നാണ്. കമ്പോളവില മൂല്യം ആണ് ഇപ്പോൾ ഗവൺമെന്റ് സ്വീകരിച്ചിരിക്കുന്നത്. ഇത് നേരത്തെ കോൺഗ്രസ്

ഗവൺമെന്റ് തുടങ്ങി വെച്ചതും ഇപ്പോൾ ബി.ജെ.പി. ഗവൺമെന്റ് തീവ്രമായി നടപ്പിലാക്കി കൊണ്ടിരിക്കുകയുമാണ്. അതായത് നിർമ്മാണകമ്പനി വില നിശ്ചയിക്കും. ആവശ്യം കുറയുമ്പോൾ ലാഭ വിലയ്ക്ക് വിൽക്കും. ആവശ്യം കൂടുന്നതനുസരിച്ച് അടിക്കടി വില വർധിപ്പിക്കും.

ഇത്തരം നയം വിമാന ടിക്കറ്റിലും ട്രെയിൻ ടിക്കറ്റിലും ജനം അനുഭവിച്ചു കൊണ്ടിരിക്കുകയാണ്. ഇതാണ് ഇവിടെയും സംഭവിക്കുന്നത്. ബി.ജെ.പി.യുടെ കമ്പോളവില സാമ്പത്തിക നയം സാമ്രാജ്യത്വ കോർപ്പറേറ്റ് അനുകൂലമാണ്. കോർപ്പറേറ്റുകൾ എന്നപോലെ ഭാരത് ബയോടെക്കിന്റെ ഉദ്യോഗസ്ഥ മൂലധന കൊള്ളയടിയെയും ഗവൺമെന്റ് സംരക്ഷിക്കുന്നു. മരുന്നു വിലയിൽ അല്പം വില കുറയ്ക്കുക എന്നതല്ല. ഉൽപ്പാദനച്ചെലവ് അനുസരിച്ച് വില നിശ്ചയിക്കുകയും അത് സാർവത്രികവും സൗജന്യവുമായ ആയി ജനങ്ങൾക്ക് നൽകുകയും ആണ് വേണ്ടത്. മോദി ഗവൺമെന്റിന്റെ സാമ്രാജ്യത്വ കോർപ്പറേറ്റ് സാമ്പത്തിക നയവും ഹിന്ദുത്വ തത്വശാസ്ത്രവും ഒന്നുചേർന്ന് മനുഷ്യന്റെ ജീവൻ കമ്പോള ശക്തി കൾക്ക് വിട്ടുകൊടുക്കരുത്.

2021 ഏപ്രിൽ 29

ഏതു വർഗ്ഗത്തിൽ ജനിച്ചെന്നതല്ല ഏതുവർഗ്ഗത്തിന്റെ താൽപര്യം സംരക്ഷിക്കുന്നു എന്നതാണ് പ്രധാനം

കോർപ്പറേറ്റ് താൽപര്യവും കർഷക വിരുദ്ധവുമായ നിയമങ്ങൾക്കെതിരെ സമരം നടത്തുന്ന ഡൽഹി ചലോ കർഷക സമരക്കാരുടെ വിശ്വസ്തത നേടിയെടുക്കാൻ ഇന്ത്യൻ പ്രതിരോധ മന്ത്രി രാജ്നാഥ് സിങ് പറഞ്ഞത് പ്രധാനമന്ത്രി മോദി പാവപ്പെട്ട കുടുംബത്തിൽ ജനിച്ചതാണെന്നും, കർഷക സ്ത്രീയുടെ മകനായി ജനിച്ചതിൽ താൻ അഭിമാനം കൊള്ളുന്നു എന്നാണ്.

"എന്നാൽ ഒരാൾ ഏതു വർഗ്ഗത്തിൽ ജനിച്ചു എന്നതല്ല, ഏതു വർഗ്ഗത്തിന്റെ താൽപര്യം സംരക്ഷിക്കുന്നു എന്നതാണ് പ്രധാനം". ഇതൊരു പൊതുവായ കാര്യമാണ്.

മോദി ഭരണത്തിന്റെ കോർപ്പറേറ്റ് വർഗ്ഗ താല്പര്യം കർഷകർ ശരിക്കും മനസ്സിലാക്കി യിരിക്കുന്നു എന്നതിന് തെളിവാണ് ലോക ശ്രദ്ധ യാകർഷിച്ച സമരത്തിന്റെ ഐക്യവും ശക്തിയും.

2021 ജനുവരി 02

മോദിയുടെ ആഭ്യന്തരനയം പോലെതന്നെ വിദേശനയവും നാടിനാപത്ത്

മലയാള മനോരമ പത്രത്തിന്റെ 2020 ഒക്ടോബർ 29 ലെ ഒരു വാർത്തയുടെ തലക്കെട്ട് ' യുഎസ് ചേരിയിൽ ഉറച്ചുവോ ഇന്ത്യ'? എന്നായിരുന്നു.

ഇന്ത്യ ഒരു പരമാധികാര രാജ്യം ആയിരിക്കണം എന്ന് ആഗ്രഹിക്കുന്ന ഏതൊരു ദേശസ്നേഹികളെയും ചിന്തിപ്പിക്കുന്നതാണ് ഈ ചോദ്യം. ഏറ്റവും അവസാനം ഇന്ത്യയും അമേരിക്കയും തമ്മിൽ നടത്തിയ +2 ചർച്ചയും തുടർന്നു ണ്ടായ ബേസിക് എക്സ്ചേഞ്ച് ആൻഡ് കോ ഓർഡിനേഷൻ എഗ്രിമെന്റ് എന്ന കരാറാണ് ഈ ആശങ്കയ്ക്ക് കാരണം.

ബ്രിട്ടീഷ് സാമ്രാജ്യത്വത്തിനെതിരെയുള്ള പോരാട്ടത്തിലൂടെ 1947ൽ ഇന്ത്യ രാഷ്ട്രീയ സ്വാതന്ത്ര്യം നേടിയെങ്കിലും ഇന്ത്യൻ മുതലാളിത്വവും ഭരണകൂടവും സാമ്രാജ്യത്വ രാജ്യങ്ങളോട് ആശ്രിത മനോഭാവം സ്വീകരിച്ചു പോന്നു. ഇത് അമേരിക്ക തുടങ്ങിയ സാമ്രാജ്യത്വ രാജ്യങ്ങൾക്ക് ഇന്ത്യയുമായി സാമ്പത്തിക വികസനം ദേശീയ സുരക്ഷ തുടങ്ങി പലകാരണങ്ങളിലൂടെ ഇന്ത്യൻ ആഭ്യന്തര രംഗത്ത് സ്വാധീനം ചെലുത്താനും ഇന്ത്യയുടെ വിദേശ നയത്തെയും സുരക്ഷിത ത്വത്തെയും രൂപപ്പെടുത്തുന്നതിന് അവസരം നൽകാൻ ഇടയാക്കി.

ഇത്തരത്തിൽ കരാറിലൂടെ അമേരിക്കൻ നാവികസേനയ്ക്ക് ഇപ്പോൾ തന്നെ ഇന്ത്യൻ തുറമുഖത്തുനിന്നും ഇന്ധനം നിറയ്ക്കാം ഇന്ത്യൻ മഹാ സമുദ്രത്തിൽ വിഹരിക്കാം. ദേശ സുരക്ഷ വിവരങ്ങൾ ഇരുകൂട്ടർക്കും കൈമാറാം എന്നുള്ളതിലൂടെ ഇന്ത്യയുടെ എല്ലാ വിവരങ്ങളും അമേരിക്കക്ക് ലഭിക്കുകയും ചെയ്യും.

അമേരിക്ക ഇറാന്റെ മേൽ ഉപരോധം ഏർപ്പെടുത്തിയതിന്റെ പേരിൽ ഇറാനിൽ നിന്നും ഇന്ത്യ എണ്ണ വാങ്ങുന്നതിന് അമേരിക്ക വിലക്കി. അത് ഇന്ത്യ അനുസരിച്ചു.ഈ എണ്ണയ്ക്ക് വില കുറവായിരുന്നു. എന്നാൽ ഈ വിലയിലും കൂടുതൽ കൊടുത്തു പിന്നീട് അമേരിക്കയിൽ നിന്നും ഇന്ത്യയ്ക്ക് എണ്ണ വാങ്ങേണ്ടിവന്നു. ഇന്ത്യ ചൈന അതിർത്തി തർക്കത്തെ കുറിച്ച് ഇരുരാജ്യങ്ങളും തമ്മിൽ ചർച്ച നടന്നു കൊണ്ടിരിക്കെ ചർച്ച കൊണ്ട് പ്രയോജനം ഇല്ലെന്നും യുദ്ധമാണ് ആവശ്യമെന്നും അമേരിക്ക ഇന്ത്യയെ ഉപദേശിക്കുന്നത് നാം കേട്ടു. എന്നിട്ട് കൂടുതൽ യുദ്ധോപകരണങ്ങൾ വാങ്ങാൻ ഇന്ത്യ

യുമായി കരാർ ഉണ്ടാക്കുന്നു.

ലോകമെങ്ങും ഉള്ള രാജ്യങ്ങൾ കോവിഡു മഹാമാരിയെ നേരിടാൻ പണമില്ലാതെ ബുദ്ധിമുട്ടുമ്പോൾ ആണ് ഈ കൂട്ടർ യുദ്ധ ഭീഷണി മുഴക്കുന്നത്. മുതലാളിത്ത സാമ്രാജ്യത്വ ഫാസിസ്റ്റുകൾക്ക് മാനുഷികമൂല്യങ്ങൾക്ക് അല്ല ചത്തു വീഴുമ്പോഴും യുദ്ധത്തിനും ലാഭത്തിനും ആണ് പ്രാധാന്യം നൽകുന്നത്.

ഇന്ത്യയുടെ വിദേശനയത്തെ ഇന്ന് ട്രംപ് അമേരിക്കൻ യുദ്ധ അച്ചുതണ്ടിൽ ആക്കിയിരിക്കുന്നു. ഇതിന്റെ ഭാഗമാണ് ഇന്ത്യ അമേരിക്ക ജപ്പാൻ ഓസ്ട്രേലിയ ചതുർഭുജ ചർച്ചകളും ഇന്ത്യൻ മഹാസമുദ്രത്തിലെ നാവിക അഭ്യാസ പ്രകടനത്തിനുള്ള തീരുമാനവും.

അമേരിക്കൻ താല്പര്യങ്ങൾക്ക് മോദി ഇന്ത്യയെ കീഴ്പ്പെടുത്തിയിരിക്കുന്നു. ഇത് ഇന്ത്യയുടെ ആത്മാഭിമാനത്തെ അടിമപ്പെടുത്തുന്നതാണ്.

ഇന്ത്യൻ മഹാസമുദ്രം അമേരിക്കൻ പടക്കപ്പലുകളുടെ താവള പ്രദേശങ്ങൾ ആക്കാൻ അനുവദിച്ചുകൂടാ. ഇന്ത്യാചൈന അതിർത്തി തർക്കം ഇരുരാജ്യങ്ങളും കൂടി ചർച്ചയിലൂടെ പരിഹരിക്കണം. ഇന്ത്യയുടെ അയൽ രാജ്യ ങ്ങളിൽ ചൈന അവരുടെ ബന്ധങ്ങളും സ്വാധീനങ്ങളും ഉറപ്പിക്കുന്നു. എന്നാൽ ചെറിയ രാജ്യമായ നേപ്പാൾ പോലും ഇന്ത്യയോട് തർക്കിക്കുന്നു. ഇത് ഇന്ത്യൻ വിദേശനയത്തിന്റെ പാപ്പരത്തമാണ് കാണിക്കുന്നത്. അതുകൊണ്ട് മോദിയുടെ ആഭ്യന്തര നയത്തെ എന്നപോലെതന്നെ വിദേശനയത്തെയും എതിർക്കേണ്ടതാണ്.

2020 നവംബർ 06

ഇടതുപക്ഷ ജനാധിപത്യ ഗവൺമെന്റിന് അഭിവാദ്യം

പിണറായി ഗവൺമെന്റിന്റെ തുടർ മന്ത്രിസഭ അധികാരത്തിൽ എത്തിയിരിക്കുന്നു. കഴിഞ്ഞ മന്ത്രിസഭയിലെ സി.പി.ഐ.(എം) മന്ത്രിമാർ തുടരേണ്ടതില്ലെന്നും പുതിയ തലമുറ വരട്ടെ എന്നുമുള്ള പാർട്ടിയുടെ തത്വപൂർണ്ണമായ നിലപാട് ഷൈലജ ടീച്ചറുടെ വിഷയത്തിൽ ജനങ്ങളിൽ വിശേഷിച്ചും ഇടതുപക്ഷക്കാരിൽത്തന്നെ വിമർശനത്തിന് ഇടയാക്കി.

കഴിഞ്ഞ മന്ത്രിസഭയിലെ എല്ലാവരും മികവുറ്റവരായിരുന്നു എന്നും വ്യക്തിയല്ല പ്രധാനം നയം ആണ് പ്രധാനമെന്നും സി.പി. ഐ(എം) വിമർശനങ്ങൾക്ക് മറുപടി പറയുന്നു. അതെ, ഒരു ഭരണത്തിലെ നയം വളരെ പ്രധാനപ്പെട്ടതാണ്. അതേപോലെ അത് നടപ്പിലാക്കുന്ന വ്യക്തിയും വളരെ പ്രധാനപ്പെട്ടതാണ്. ഒരേ തീരുമാനം രണ്ടുപേർ നടപ്പിലാക്കുമ്പോൾ അതു നടപ്പിലാക്കുന്ന വ്യക്തിയുടെ ബുദ്ധിയും സ്വഭാവവുമെല്ലാം അതിൽ പ്രകടമാകും. ചിലർ സ്വേച്ഛ പരമായും മറ്റുചിലർ ജനാധിപത്യപരമായും നല്ല ഇടപെടലു കളിലുടെയും നടപ്പിലാക്കുന്നു. നല്ല നിലയിൽ ഇടപെടുന്ന നേതാക്കളെ ചിലർ തൊട്ടു നോക്കുന്നു. കെട്ടിപ്പിടിക്കുന്നു. മറ്റു ചില നേതാക്കളെ കാണുമ്പോൾ ജനം അകന്നു മാറുന്നു.

കമ്മ്യൂണിസ്റ്റുകളെ സംബന്ധിച്ചെടുത്തോളം സോവിയറ്റ് യൂണിയനിലെ ജനാധിപത്യവിരുദ്ധവും ഉദ്യോഗസ്ഥ മേധാവിത്വവുമായ സ്റ്റാലിൻ ഭരണം, ഇന്ത്യയിലെ തന്നെ ബംഗാൾ ത്രിപുര സംസ്ഥാനങ്ങളിലെ ഭരണത്തിൽ പുതിയ തലമുറയ്ക്ക് അവസരം കിട്ടാതിരുന്നതും പാർട്ടിയുടെ സ്വേച്ഛാധിപത്യ അക്രമ പ്രവർത്തനവും പുത്തൻ സാമ്പത്തിക നയത്തിനെതിരെ അയഞ്ഞ നിലപാട് സ്വീകരിച്ചതും എല്ലാം ചർച്ചാവിഷയമായിരുന്നു. കേരളത്തിൽ യുവനിരയോട് കൂടിയ ഒരു മന്ത്രിസഭ അധികാരത്തിൽ എത്തുന്നു. അവരിൽ നിന്നും നല്ല ഭരണം നാം പ്രതീക്ഷിക്കുന്നു.

പക്ഷേ ഒന്നുണ്ട, ് കഴിഞ്ഞ മന്ത്രിസഭയിലെ പോലെ ഇടതുപക്ഷം എതിർക്കുന്ന യു.എ.പി.എ. കരിനിയമം നടപ്പിലാക്കുമോ ? സംസ്ഥാനങ്ങളുടെ അധികാരം കൂടുതൽ കൂടുതൽ കവർന്നെടുക്കുന്ന കേന്ദ്രനയത്തിനെതിരെ, പുത്തൻ സാമ്പത്തിക നയത്തിനെതിരെക്കൊയുള്ള നിലപാടിൽ ഇടതുപക്ഷ ഗവൺമെന്റ് എന്തു നിലപാട് സ്വീകരിക്കുന്നു എന്നതിനെ ആശ്രയിച്ചാണ് ഈ ഗവൺമെന്റിനെ പറ്റിയുള്ള വിലയിരുത്തൽ. നേരത്തേതിൽനിന്നും വ്യത്യ സ്തമായി

പ്രതിപക്ഷ ഗവൺമെന്റുകൾ തന്നെ കേന്ദ്ര വിരുദ്ധ നിലപാടും സമരവും നടത്തേണ്ടിവരുന്ന ഒരു പുതിയ ഘട്ടത്തിൽ വിശേഷിച്ചും.

2021 മെയ് 20

കേരളത്തിലെ പോലീസ് നിയമഭേദഗതി ജാഗ്രത കുറവോ? ഭരണകൂടത്തിന്റെ വർഗസ്വഭാവമോ?

ഐ.ടി നിയമത്തിലെ 66 എ വകുപ്പും കേരള പോലീസ് നിയമത്തിലെ 118 ഡി വകുപ്പും അഭിപ്രായ സ്വാതന്ത്ര്യത്തിന് എതിരെന്ന് കണ്ട് സുപ്രീം കോടതി നേരത്തെ തന്നെ റദ്ദ് ചെയ്തിരുന്നു. ഇതിനു പകരം മറ്റൊരു നിയമം കൊണ്ടുവരാൻ കേന്ദ്ര ഗവൺമെന്റ് തയ്യാറായില്ല. എന്നാൽ പൗരന്റെ വ്യക്തി സ്വാതന്ത്ര്യവും ഭരണഘടനാദത്തമായ അന്തസ്സും ചോദ്യം ചെയ്യുന്ന രീതിയിൽ സമൂഹ്യ മാധ്യമങ്ങളിലൂടെയും അല്ലാതെയും വ്യാപകമായി രിക്കുന്ന ദുഷ്പ്രചരണം തടയാനെന്ന പേരിൽ സുപ്രീംകോടതി റദ്ദ് ചെയ്ത വകുപ്പുകൾ കൂട്ടിച്ചേർത്ത് ഏതെങ്കിലും വ്യക്തിയെ ഭീഷണിപ്പെടുത്താനോ അപമാനിക്കാനോ അപകീർ ത്തിപ്പെടുത്താനോ സമൂഹ മാധ്യമങ്ങളിലൂടെയും അല്ലാതെയും ശ്രമിച്ചെന്ന് പരാതിക്കാരൻ ഇല്ലാതെതന്നെ ഒരു പോലീസുകാരന് തോന്നിയാൽ പോലും അറസ്റ്റ് ചെയ്യുവാനും അഞ്ചു വർഷം വരെ കഠിന തടവിനും 10,000 രൂപ പിഴയും ചുമത്താവുന്ന വകുപ്പ് ഉൾപ്പെടുത്തി കേരളത്തിലെ എൽഡിഎഫ് ഗവൺമെന്റ് ഒരു ഓർഡിനൻസ് ഇറക്കാൻ ധൈര്യപ്പെടുകയും ഇതിനെ ഇന്ത്യയിലെ ഇടതുപക്ഷ പുരോഗമന ജനാധിപത്യ ശക്തികൾ ആശങ്കയോടെ കാണുകയും വിമർശിക്കുകയും ചെയ്തതോടെ അത് പിൻവലിക്കുകയും ചെയ്തു. പിൻവലിച്ചത് സ്വാഗതാർഹമാണ്.

എന്നാൽ ഈ ഓർഡിനൻസ് എൽഡിഎഫ് ഗവൺമെന്റിന്റെ ഒരു നോട്ടപ്പിശകോ ജാഗ്രത കുറവായിട്ടാണോ കാണേണ്ടത്? അല്ല. ഇതിനെ ഇന്ത്യയിൽ ഇന്ന് വളർന്നുവരുന്ന ഫാസിസ്റ്റ് ഭരണകൂടത്തിന്റെ വർഗ്ഗ സ്വഭാവവുമായി ബന്ധപ്പെടുത്തി കാണണം. ഇന്ത്യൻ ഫാസിസ്റ്റ് ഭരണകൂടത്തിന്റെ ഭാഗമാണ് കേരളവും. മന്ത്രിസഭ മാറിമാറി വന്നാലും ഭരണകൂടത്തിന്റെ അടിസ്ഥാന സ്വഭാവത്തിൽ ഒരു മാറ്റവും വരില്ല. പാർലമെന്ററി രാജ്യങ്ങളിലെ ചരിത്രത്തെപ്പറ്റി കമ്മ്യൂണിസ്റ്റ് ആചാര്യനായ സ: ലെനിൻ നമ്മെ ഓർമ്മ പ്പെടുത്തുന്നത് നോക്കൂ' മന്ത്രിമാർ മാറിയതു കൊണ്ട് വലിയ കാര്യമൊന്നുമില്ല. കാരണം ഒരു വലിയ ഉദ്യോഗസ്ഥപ്പടയുടെ കൈകളിലാണ് യഥാർത്ഥ ഭരണനിർവ്വഹണ പ്രവർത്തനം. ഈ ഉദ്യോഗസ്ഥ പടയാകട്ടെ ആപാദചൂഡം ജനാധിപത്യവിരുദ്ധമാണ് ' അദ്ദേഹം വീണ്ടും ഓർമ്മപ്പെടുത്തുന്നു' ഏതെങ്കിലുമൊരു പാർലമെന്ററി രാജ്യത്തെ എടുക്കൂ ഭരണകൂടത്തിന്റെ യഥാർത്ഥ ജോലിയെല്ലാം നടത്തുന്നത് അണിയറ

ക്കുള്ളിൽ ആണ്." 'ഈ ജനാധിപത്യ വിരുദ്ധമായ അണിയറ പ്രവർത്തകരെ തുറന്നു കാണിക്കുന്നതാണ് നിയമവിരുദ്ധമായി മാവോയിസ്റ്റുകളെ വെടിവെച്ചു കൊന്നപ്പോൾ അതിനെ ന്യായീകരിച്ച് ചീഫ് സെക്രട്ടറി പത്ര ലേഖനം എഴുതിയതും സ്പ്രിങ്കിൾ കരാറിൽ ഒപ്പിട്ട് അതിന്റെ ഉത്തരവാദിത്വം മുഖ്യമന്ത്രിയുടെ പ്രൈവറ്റ് സെക്രട്ടറി ഏറ്റെടുത്തതും ഇപ്പോൾ പോലീസ് നിയമഭേദഗതികൾ പോലീസ് ഉപദേഷ്ടാവിന് നോട്ടപ്പിശക് പറ്റിയെന്ന് മുഖ്യമന്ത്രി നമ്മെ ബോധ്യപ്പെടുത്താൻ ശ്രമിക്കുന്നതും എല്ലാം. ഇവിടെ മാർക്സിസം ലെനിനിസത്തിനല്ല തെറ്റ് പറ്റുന്നത്, ഇതിന്റെ നടത്തിപ്പുകാർക്ക് ആണ്. ഇന്ത്യൻ ഭരണകൂടത്തിന്റെ ഫാസിസ്റ്റ് ആശയം കടന്നുവരുന്നതിനെ ചെറുക്കാൻ മന്ത്രിസഭയ്ക്ക് ആകുന്നില്ല.

കേരളത്തിലെ ആദ്യ ഇ.എം.എസ് മന്ത്രിസഭ കാലത്ത് സമരം ചെയ്ത ചന്ദനത്തോപ്പ് കശുവണ്ടി തൊഴിലാളികളെ 1959 ൽ പോലീസ് വെടിവെച്ചു കൊന്നപ്പോൾ ബൂർഷ്വാ ഭരണകൂടവും കമ്മ്യൂണിസ്റ്റുകാരും തമ്മിലുള്ള വിഷയം വലിയ ചർച്ചക്ക് ഇടയാക്കി. ഇന്ത്യൻ ബൂർഷ്വാസിയെ വിലയിരുത്തുന്ന കാര്യത്തിൽ കമ്മ്യൂണിസ്റ്റ് പാർട്ടി തന്നെ 1964 ൽ പിളർന്നു. അന്ന് സി.പി.ഐ.(എം) പറഞ്ഞത് ഭരണകൂടത്തിനെതിരെ പാർലമെന്ററി പാർലമെന്റേതര സമരമാർഗ്ഗം സ്വീകരിക്കുമെന്നാണ്. എന്നാൽ പലതവണ സംസ്ഥാനങ്ങളിൽ പാർട്ടി അധികാരത്തിൽവന്നെങ്കിലും ജനകീയ പ്രശ്നങ്ങൾ ഉയർത്തി പാർലമെന്റേതര സമരമാർഗ്ഗത്തിന്റെ മാതൃകകൾ സൃഷ്ടിക്കാൻ കഴിഞ്ഞില്ല. മാത്രമല്ല ഭരണത്തിൽ ഇരുന്നപ്പോൾ പുത്തൻ സാമ്പത്തിക നയങ്ങൾ ഉൾപ്പെടെ ചെറുക്കാൻ കഴിയാതിരുന്നത് ജനങ്ങളിൽ അസംതൃപ്തി സൃഷ്ടിക്കുകയും ബംഗാളിലും ത്രിപുരയിലും ഭരണം നഷ്ടപ്പെടുകയും ചെയ്തു. എന്നാൽ ഇന്ന് സി.പി.ഐ (എം.എൽ) ലിബറേഷൻ ഇന്ത്യയിലെ ഒരു മുഖ്യ ഇടതുപക്ഷ പാർട്ടിയായി വളർന്നു വരികയും ചെയ്യുന്നു. പാർലമെന്റിൽ പങ്കാളിയായി കൊണ്ടു തന്നെ സമര രൂപങ്ങളുടെ വികാസത്തിനായി സി.പി.ഐ (എം.എൽ) ലിബറേഷൻ നിലകൊള്ളുന്നു.

അടിയന്തരാവസ്ഥയിൽ പത്രമാധ്യമങ്ങളെ മാത്രമല്ല ജനങ്ങളുടെ വായും കൂടി മൂടിക്കെട്ടിയ കോൺഗ്രസും എല്ലാവിധ ഫാസിസ്റ്റ് നടപടിക്രമങ്ങളും സ്വീകരിച്ചുകൊണ്ട് ജനങ്ങളുടെമേൽ അടിച്ചമർത്തൽ നടത്തുന്ന ബി.ജെ.പി.യും ഇന്ന് കേരള ഗവൺമെന്റിന്റെ പോലീസ് നിയമ ഭേദഗതിയെ വിമർശിക്കുന്നത് അവസരവാദ രാഷ്ട്രീയമാണ്.

ഇന്ത്യൻ സംസ്ഥാനങ്ങളിൽ കേരളത്തിൽ മാത്രമാണ് ഇടതുപക്ഷ ജനാധിപത്യ മുന്നണി ഭരണം ഉള്ളത്. ഈ ഭരണത്തിന്റെ പോ

രായ്മകളെ വിമർശനാത്മകമായി കാണുമ്പോൾ പോലും ഈ ഗവൺമെന്റിന്റെ മേലുള്ള ഫാസിസ്റ്റ് അട്ടിമറി ശ്രമങ്ങളെ ചെറുക്കുകയും ഇടതുപക്ഷ ജനാധിപത്യ ശക്തികളുടെ ഐക്യം ശക്തിപ്പെടുത്തുകയും വേണം.

2020 നവംബർ 25

കേരളത്തിൽ കർഷകരെ കൂട്ടാനും ഏജൻസിയോ?

സംസ്ഥാനത്ത് കാർഷിക സംരംഭകരുടെ കൂട്ടായ്മകൾ ഉണ്ടാക്കുന്നതിന് ആഗോള ടെൻഡർ ക്ഷണിച്ചു കൊണ്ട് സംസ്ഥാന കൃഷി വകുപ്പിന് കീഴിൽ പ്രവർത്തിക്കുന്ന സ്മാൾ ഫാർമേഴ്സ് അഗ്രി ബിസിനസ് കൺസോർഷ്യം ടെൻഡർ ക്ഷണിച്ചു. അന്താരാഷ്ട്ര തലത്തിൽ മികവ് തെളിയിച്ച കാർഷിക സംരംഭക പ്രോത്സാഹന ഏജൻസികൾക്ക് ആണ് യോഗ്യത. സംരംഭകർക്ക് കാർഷിക വിദഗ്ധരെയും ഉപദേശങ്ങളും എല്ലാം നൽകണം. വിള വെടുപ്പിനും വിപണനത്തിനും ഉപദേശ നിർദ്ദേശങ്ങളും ഇവർ നൽകണമെന്നാണ് പത്ര റിപ്പോർട്ട്. പ്രൊഫഷണൽ ഏജൻസികളെ കൊണ്ടുവന്ന് മികച്ച ഉൽപ്പാദന രീതിയിൽ കാർഷിക സംരംഭങ്ങൾ വളർത്തിക്കൊണ്ടുവരാൻ ആണ് ഉദ്ദേശിക്കുന്നതെന്നും ഉദ്യോഗസ്ഥർ പറഞ്ഞതായിട്ടാണ് റിപ്പോർട്ട്.

ആരായിരിക്കും കർഷകർക്കും സംരംഭകർക്കും ഉപദേശം നൽകുന്ന അന്താ രാഷ്ട്ര പ്രൊഫഷണലുകൾ. അത് അന്താരാഷ്ട്ര കോർപ്പറേറ്റുകൾ അല്ലാതെ മറ്റാരും ആകാൻ തരമില്ല. കാർഷികമേഖലയിൽ മോദി ഗവൺമെന്റിന്റെ കോർപ്പറേറ്റ് വൽക്കരണ ത്തിനെതിരെ തീക്ഷണമായ സമരങ്ങൾ നടന്നു കൊണ്ടിരിക്കുമ്പോഴാണ് ഇടതുപക്ഷ ഗവൺമെന്റിന്റെ ഭാഗത്തുനിന്നും ഇത്തരമൊരു നടപടി ഉണ്ടായിരിക്കുന്നത്.

കേരളത്തിൽ കാർഷിക വിളകൾ വർധിപ്പിച്ചു ആഭ്യന്തര മാർക്കറ്റ് വികസിപ്പിക്കണം ഉൽപ്പന്നങ്ങൾ ശേഖരിക്കൽ സംരംഭകരെ സഹായിക്കലും എല്ലാം ഗവൺമെന്റ് നേരിട്ടു നടത്തുന്ന ബദൽ നയം ഇടതുപക്ഷ ഗവൺമെന്റ് നടപ്പിലാക്കണം. ഇന്നുള്ളതതിനെ ശക്തിപ്പെടുത്തണം. ഇതിനായി കേരളത്തിലെ വിദ്യാഭ്യാസത്തിലൂടെ വളർന്നുവന്ന പ്രൊഫ ഷണലുകൾ ഇവിടെ ഇല്ലാഞ്ഞിട്ടാണോ വിദേശ പ്രൊഫഷണലുകളെ തേടുന്നത്.?

കേരളത്തിൽ കാർഷിക സംരംഭകരുടെ കൂട്ടായ്മകൾ ഉണ്ടാക്കി വളർത്തിയെടുക്കുന്ന ചുമതല അന്താരാഷ്ട്രപ്രൊഫഷണലുകളെ ഏൽപ്പിക്കുന്നത്, കൂട്ടായ്മകൾ സൃഷ്ടിച്ച കേരളത്തിലെ ജനകീയാസൂത്രണം കാർഷികമേഖലയിൽ ഫലവത്തല്ലന്ന് കണ്ടിട്ടാണോ?. ഇതൊരു നയത്തിന്റെ ഭാഗമാണ്. മോദി ഭരണത്തിൽ അന്താരാഷ്ട്ര കോർപറേറ്റ് മൂലധനം പാർലമെന്ററി ജനാധിപത്യഭരണ വ്യവസ്ഥയിൽ ആകെത്തന്നെ ആധിപത്യം നടത്തിക്കൊണ്ടിരിക്കുന്നതു

മായി ബന്ധപ്പെടുത്തി വേണം കേരളത്തെ വളർത്താനും സഹായിക്കാനും എന്ന പേരിൽ കാർഷികമേഖലയിൽ അന്താരാഷ്ട്ര പ്രൊഫഷണലുകളെ ക്ഷണിച്ചുകൊണ്ടുള്ള ടെൻഡർനെ കാണാൻ.

2020 ഒക്ടോബർ 20

എ.ഡി.ജി.പി യുടെ ആർ.എസ്.എസ് നേതാവുമായിട്ടുള്ള കൂടിക്കാഴ്ച ?

നിയമവിരുദ്ധമായി നിർമ്മാണ പ്രവർത്തനങ്ങൾ നടത്തിയത് പൊളിച്ചു കളയേണ്ടി വന്ന സിപിഐ(എം) സ്വതന്ത്ര എംഎൽഎ ആയ എൻ.വി. അൻവർ ഇപ്പോൾ പോലീസ് ഉദ്യോഗസ്ഥർക്കും മുഖ്യമന്ത്രിയുടെ പൊളിറ്റിക്കൽ സെക്രട്ടറിക്കും എതിരെ ഉയർത്തിയ ആരോപണങ്ങളും ഒപ്പം എ.ഡി.ജി.പി തൃശ്ശൂരിൽ വച്ച് ആർഎസ്എസ് നേതാവിനെ രഹസ്യമായി കണ്ടെന്ന പ്രതിപക്ഷ ആരോപണവും കേരള ഗവൺമെന്റിനെതിരെ വലിയ വിമർശനങ്ങളാണ് ഉണ്ടാക്കിയിരിക്കുന്നത്.

പോലീസ് മേധാവി ആർ.എസ്.എസ്. നേതാവുമായി കണ്ടത് സംബന്ധിച്ച് ചോദ്യത്തിൽ നിന്ന് ഒഴിഞ്ഞുമാറിയ സിപിഐ(എം) സ്റ്റേറ്റ് സെക്രട്ടറി പിന്നീട് മാധ്യമങ്ങളുമായുള്ള കൂടി കാഴ്ചയിൽ അതൃപ്തി പ്രകടിപ്പിക്കുകയും ഗവൺമെന്റ് ആണ് നടപടി സ്വീകരിക്കേണ്ടത് എന്ന് വ്യക്തമാക്കുകയും ചെയ്തു.

സി.പി.ഐ (എം)നെ സംബന്ധിച്ചിടത്തോളം ഇന്ത്യൻ ഫാസിസ്റ്റ് ഭരണകൂടത്തിന്റെ സ്വഭാവങ്ങളും രീതികളും പ്രത്യേകതകളും ശരിയായി വിലയിരുത്തപ്പെട്ടിട്ടില്ലെന്നതാണ് വസ്തുത.എല്ലാ കമ്മ്യൂണിസ്റ്റ് പാർട്ടികളും പാർട്ടി കോൺഗ്രസ് നടത്തി നിലവിലുള്ള വർത്തമാനകാല പരിതസ്ഥിതിയെ വസ്തുനിഷ്ഠമായി വിലയിരുത്തി അതിനനുസൃതമായ അടവും തന്ത്രവും സ്വീകരിച്ചാണ് പ്രവർത്തിക്കുക.

2014 മുതൽ അധികാരത്തിൽ ഇരിക്കുന്ന മോദിയുടെ ഫാസിസ്റ്റ് ഭരണം ജനത ജീവിച്ച് അനുഭവിച്ചറിയുകയാണ്. എന്നാൽ സി.പി.ഐ.(എം)ന്റെ 2022ലെ ഇരുപത്തി മൂന്നാം പാർട്ടി കോൺഗ്രസ് രേഖയിലാകെ പരതിയാലും ഫാസിസ്റ്റ് ഭരണകൂടത്തിന്റെ സ്വഭാവമോ അതിന്റെ പ്രത്യേകതളെപ്പറ്റിയുള്ള ഒരു വിശകലനവും നമുക്ക് കാണാൻ കഴിയില്ല. ഫാസിസ്റ്റ് സ്വഭാവമുള്ള ആർ.എസ്. എസിന്റെ ആധിപത്യത്തെ പറ്റി പരാമർശം ഉണ്ടെങ്കിലും ഭരണകൂടത്തെ ഒരു ഫാസിസ്റ്റ് ആയി കാണുന്നില്ല . ഏറിയാൽ അമിതാധികാരം ഉള്ള ഒന്നായി കാണുന്നു. ചങ്ങാത്ത മുതലാളിത്തത്തിന്റെ അനിയന്ത്രിതമായ വളർച്ചയും വർഗീയ ധ്രുവീകരണത്തിന്റെ വളർച്ചയും ഭരണഘടനക്കെതിരെ വർദ്ധിച്ചുവരുന്ന ആക്രമണങ്ങളും വെവ്വേറെ കാര്യങ്ങളായി സി.പി.എം അംഗീകരിക്കുന്നുണ്ടെങ്കിലും ഈ പ്രവണതകളെ എല്ലാം ഫാസിസത്തിന്റെ ഇന്ത്യൻ പതിപ്പിലേക്കുള്ള കൂട്ടിച്ചേർക്കപ്പെട്ട സവിശേഷതകളായി സി.പി.എം പാർട്ടി

കോൺഗ്രസ് രേഖ കാണുന്നില്ല.

അതുകൊണ്ടുതന്നെ ഫാസിസം ഉടലെടുത്തപ്പോഴുള്ള അതിന്റെ ക്ലാസിക്കൽ രൂപത്തിൽ നിന്നും ഇന്ത്യൻ ഫാസിസത്തിന്റെ പ്രത്യേകതകളും സ്വഭാവങ്ങളും സി.പി.എമ്മിന് കാണാൻ കഴിഞ്ഞില്ല. ഫാസിസത്തിന്റെ ഭരണഘടനാ വിരുദ്ധതയും നിഷ്ഠൂരമായ അടിച്ചമർത്തലും തെരഞ്ഞെടുക്കപ്പെട്ട ഒരു ഗവണ്മെന്റിനെ തെരഞ്ഞെടുക്കപ്പെടാത്ത ഒരു ഗവർണറെക്കൊണ്ട് ഭരിപ്പിക്കാൻ ശ്രമിക്കുന്നത് പ്രത്യക്ഷത്തിൽ നാം കാണുന്നു.എന്നാൽ മറുവശത്ത് ഒരു ഫെഡറൽ സംവിധാനത്തിൽ പ്രതിപക്ഷം ഭരിക്കുന്ന സംസ്ഥാനങ്ങളിലെ ഉദ്യോഗസ്ഥ വൃന്ദങ്ങളിൽ ഒളിഞ്ഞു കയറി അവിടുത്തെ ഭരണത്തെ നിയന്ത്രി ക്കാനുള്ള അതിന്റെ പ്രവണതകളെ ശരിയായി മനസ്സിലാക്കാൻ പാർട്ടിക്ക് കഴിഞ്ഞില്ല. ഇന്ത്യൻ ഭരണകൂടം ഫാസിസ്റ്റ് എന്ന് വിലയിരുത്തപ്പെടാത്ത സി.പി.ഐ.എമ്മിന് ഇത്തരം സ്വഭാവങ്ങളെയും നുഴഞ്ഞുകയറ്റങ്ങളെയും മുൻകൂട്ടി കാണാനും വേണ്ടത്ര ഭരണപരമായും ജനകീയമായും പ്രതിരോധ പ്രവർത്തനങ്ങൾ നടത്താനും കഴിയുന്നില്ല.

ശരിയായ ദർശനം ഇല്ലാത്തതിനാൽ കുരുടൻ ആനയെ കണ്ടതുപോലെ പാർട്ടിയിലെ നേതാക്കൾ വിഷയത്തെ പല രീതിയിൽ കാണുന്നു.

സി.പി.എമ്മിന്റെ 24-ാം പാർട്ടി കോൺഗ്രസിന്റെ ഒരുക്കങ്ങളും, സമ്മേളനങ്ങളും ചർച്ചകളും വിശാലമായ രീതിയിൽ തുടങ്ങിയിരിക്കുകയാണ്. പാർട്ടിയുടെ കഴിഞ്ഞകാല തെറ്റുകൾ വിലയിരുത്തുകയും ഇന്ത്യൻ ഫാസിസത്തെയും അതിന്റെ പ്രത്യേകതകളെയും മനസ്സിലാക്കി ശരിയായ പാതയിലേക്ക് വരുമെന്ന് പ്രതീക്ഷിക്കാം.

2024 സെപ്റ്റംബർ 10

ബൂർഷ്വാ വ്യവസ്ഥിതിയിൽ കമ്മ്യൂണിസിറ്റുകൾ എപ്പോൾ അധികാരത്തിൽ വരണമെന്നും വരണ്ടായെന്നും ആലോചിക്കണം

ഏപ്രിൽ 12ന് തിരുവനന്തപുരം സെക്രട്ടേറിയേറ്റ് പടിക്കൽ സിവിൽ പോലീസ് ഓഫീസ് നിയമനത്തിനുള്ള പി.എസ്.സി റാങ്ക് ലിസ്റ്റ് കാലാവധി കഴിഞ്ഞതോടെ റാങ്ക് ഹോൾഡേഴ്സ് 62 ദിവസം നടത്തിവന്ന സമരം ഏപ്രിൽ 12ന് പിൻവലിച്ചു. സമരത്തിന്റെ പര്യവസാനം ആകട്ടെ ഉദ്യോഗാർത്ഥികളെയും അവരുടെ കുടുംബങ്ങളെയും മറ്റ് മനുഷ്യസ്നേഹികളെയും സങ്കടത്തിൽ ആക്കികൊണ്ടുള്ളതായിരുന്നു. കൂടുതലും ഇടതുപക്ഷ അനുഭാവികൾ നടത്തിയ സമരം ആയിരുന്നു ഇതെന്ന് ഓർക്കണം. ഒരു ആയിരം പേർക്കെങ്കിലും കൂടി പി.എസ്സി. ലിസ്റ്റിൽ നിന്നും തൊഴിൽ നൽകി ആ സമരം അവസാനിപ്പിക്കാൻ ഗവൺമെന്റും, ഗവൺമെന്റിന് നേതൃത്വം കൊടുക്കുന്ന പാർട്ടികളും തയ്യാറാകാതിരുന്നത് എന്തുകൊണ്ട്?. ഒഴിവില്ലാഞ്ഞിട്ടായിരുന്നോ?.

കഴിഞ്ഞമാസം (മെയ്) പതിനാറായിരത്തി അറുനൂറ്റി മുപ്പത്തിയെട്ട് കേരള സർക്കാർ ജീവനക്കാരാണ് സർവീസിൽ നിന്നും പിരിഞ്ഞത്. ഇതിലേറെയും അധ്യാപകർ. എന്നാൽ ഈ അധ്യാപക ഒഴിവിലേക്ക് പി.എസ്.സി ലിസ്റ്റിൽ നിന്നും സ്ഥിരം നിയമനം നടത്താതെ അപേക്ഷകരിൽ പി.എസ്.സി ലിസ്റ്റിൽ ഉൾപ്പെട്ടിട്ടുള്ളവർക്ക് മുൻഗണന നൽകി താൽക്കാലിക നിയമനം നടത്താൻ കേരള ഗവൺമെന്റ് ഉത്തരവിട്ടിരിക്കുകയാണ്. ഇതിൽ നിന്നൊക്കെ എന്ത് സന്ദേശമാണ് കേരളത്തിലെ യുവാക്കൾക്ക് ഇടതുപക്ഷ ഗവൺമെന്റ് നൽകുന്നത്? ഇത് ഇടതുപക്ഷ ജനാധിപത്യ മുന്നണിയുടെ ബദൽ നയത്തിന്റെ ഭാഗമാണോ?.

കേരളത്തിലെ ഇടതുപക്ഷ ജനാധിപത്യ മുന്നണി ഗവൺമെന്റിനെ പെൻഷൻ ഗവൺമെന്റ് എന്നായിരുന്നു വിരുദ്ധർ വിശേഷിപ്പിച്ചിരുന്നത്. എന്നാൽ ഇന്നാവട്ടെ കർഷകത്തൊഴിലാളി കശുവണ്ടി തൊഴിലാളി, കയർ തൊഴിലാളി ഉൾപ്പെടെയുള്ളവർക്ക് ആറുമാസമായി പെൻഷൻ കുടിശ്ശിക ആയിരിക്കുകയാണ്.സർക്കാർ ജീവനക്കാരുടെ ഡി.എ ഉൾപ്പെടെയുള്ള ആനുകൂല്യങ്ങൾ കിട്ടാത്ത അവസ്ഥ. സിവിൽ സപ്ലൈസ് ഷോപ്പുകളിൽ ആകട്ടെ സബ്സിഡി സാധനങ്ങൾ കുറയുകയോ ഇല്ലാതാവുകയോ ചെയ്യുന്നു.

ഇതിനൊക്കെയുള്ള കാരണമാകട്ടെ കേന്ദ്ര ഗവൺമെന്റിന്റെ തെറ്റായ സാമ്പത്തിക നയവും കേരളത്തിന് കടമെടുക്കാനുള്ള അനുവാദം കേന്ദ്രം നൽകാത്തതും ആണെന്നാണ് ഇടതുപക്ഷ വും അതിന്റെ ഗവൺമെന്റും ആരോപിക്കുമ്പോൾ, ഇതിനെതിരായി ജനങ്ങളെ തട്ടിയുണർത്തി കേന്ദ്ര ഗവൺമെന്റിന് എതിരെയുള്ള തുടർ സമരങ്ങൾ വളർന്നു വരുന്നതുമില്ല. ഇപ്പോഴത്തെ തെരഞ്ഞെ ടുപ്പിൽ ആകട്ടെ കേരളത്തെ ദ്രോഹിച്ച് കേന്ദ്രം ഭരിക്കുന്ന ബി.ജെ. പി.ക്ക് വോട്ടിംഗ് ശതമാനം കൂടിയിരിക്കുന്നു. കേരളത്തിൽ ആദ്യ മായി വലിയ ഭൂരിപക്ഷത്തോടെ ഒരു സീറ്റും പാർലമെന്റിലേക്ക് അവ ർക്ക് ലഭിച്ചു. ഇതെന്തുകൊണ്ട്? ഇതിനുള്ള കാരണം ഇടതുപക്ഷ ത്തിന് പുറത്തെന്ന പോലെ ഇടതു പക്ഷത്തിന് അകത്തും അന്വേ ഷിക്കേണ്ടതാണ് (ഇതൊരു തെരഞ്ഞെടുപ്പ് വിശകലനം അല്ല).

കേരളത്തിലെ കമ്മ്യൂണിസ്റ്റുകൾക്കും ജനങ്ങൾക്കും ഒരു അധി കാരവും ഇല്ലാതിരുന്നപ്പോൾ പോലും എത്രയോ അവകാശങ്ങളും ആനുകൂല്യങ്ങളും നേടിയെടുക്കാൻ കഴിഞ്ഞിട്ടുണ്ട് ക്ഷേത്രപ്രവേ ശനത്തിനുവേണ്ടി, പൊതുവഴിയിലൂടെ നടക്കുന്നതിന് വേണ്ടി, തീ ണ്ടലിനും തൊടിലിനും എതിരെ, കാർഷിക മേഖലയിൽ 12ന് ഒന്ന് പതത്തിന് പകരം പത്തിന് ഒന്നും., പത്തിന് ഒന്നിനു പകരം പിന്നീട് ഏഴിനൊന്നും നടപ്പിലാക്കൽ, പുഞ്ചിയിൽ ആറിന് ഒന്നും അതിന്റെ നാലിനൊന്ന് തീർപ്പും, ജോലിസമയം എട്ടുമണിക്കൂറായി പ്രഖ്യാപി ക്കുകയും സമയ ക്ലിപ്തതയ്ക്കായി ചെങ്കൊടി ഉയർത്തിയും താ ഴ്ത്തുകയും ചെയ്തു നടപ്പിലാക്കൽ, കാർഷിക മേഖലയിൽ എന്ന പോലെ കയർ മേഖലയിലും, വ്യാവസായിക മേഖലയിലും എത്രയോ ആനുകൂല്യങ്ങൾ സമര പോരാട്ടത്തിലൂടെ ഗവൺമെന്റിന്റെ ഭാഗമാ കാതെ തന്നെ നേടിയെടുത്തിട്ടുള്ള ചരിത്രമുണ്ട്.

അതായത് കമ്മ്യൂണിസ്റ്റുകൾക്ക് അധികാരത്തിൽ വന്നു നി യമനിർമ്മാണത്തിലൂടെ ചില പരിഷ്കരണങ്ങൾ ഒക്കെ നടപ്പിലാ ക്കാൻ ഈ വ്യവസ്ഥിതിയിൽ കഴിയും. അതുപോലെ അധികാര ത്തിൽ വരാതെ സമര പോരാട്ടത്തിലൂടെ പലതും നേടിയെടുക്കാ നും കഴിയും. ഇതും രാഷ്ട്രീയ അധികാരത്തിന്റെ ഭാഗമാണ്. ജനങ്ങ ൾക്ക് കൂടുതലായി ഒന്നും ചെയ്തു കൊടുക്കാൻ കഴിയുന്നില്ലെങ്കിൽ, കേന്ദ്രത്തിന്റെ പിന്തിരിപ്പൻ നയങ്ങൾ നടപ്പിലാക്കാനേ കഴിയുള്ളൂ വെങ്കിൽ, തെരഞ്ഞെടുക്കപ്പെട്ട ഗവൺമെന്റും ജനങ്ങളും ഒന്നിച്ചു നിന്ന് കേന്ദ്ര നയത്തിനെതിരെ സമരം ചെയ്യുന്നതിന് നേതൃത്വം കൊ ടുക്കാൻ കഴിയുന്നില്ലെങ്കിൽ എന്തിന് കമ്മ്യൂണിസ്റ്റുകൾ അധികാര ത്തിൽ വരണം?. എപ്പോഴൊക്കെ അധികാരത്തിൽ വരണ മെന്നും എപ്പോഴൊക്കെ അധികാരത്തിൽ വരാതെ തെരഞ്ഞെടുപ്പിൽ പങ്കെ

ടുത്തു കൊണ്ട് തന്നെ സമരത്തിലൂടെ മാറ്റത്തിനായി പൊരുതേണ്ട ഒരു നയം രൂപീകരിക്കേണ്ടിയിരിക്കുന്നു. പാർലമെന്ററി സമര മാർഗ്ഗത്തിനായും പാർലമെന്ററി വ്യാമോഹത്തിനും എതിരെയുമായ ആശയസമരം ശക്തിപ്പെടേണ്ടിയിരിക്കുന്നു.

2024 ജൂൺ 7

നദീസംയോജനം കായംകുളത്തെയും ബാധിക്കും

കേരളത്തിൽ ഉത്ഭവിച്ച് കേരളത്തിലൂടെ മാത്രം ഒഴുകി വേമ്പനാട്ടു കായലിൽ പതിക്കുന്ന രണ്ടു നദികളാണ് പമ്പയും അച്ചൻകോവിലും. ഈ നദികൾ പൂർണ്ണമായും സംസ്ഥാന അധികാരത്തിൽപ്പെട്ടതാണ് ഇങ്ങനുള്ള ഈ നദികൾ സംയോജിപ്പിച്ച് 63.4 കോടി ഘനമീറ്റർ വെള്ളം തമിഴ്നാട്ടിലേക്ക് ടണൽ വഴി തിരിച്ചു വിടാനുള്ള കേന്ദ്ര ഗവൺ മെന്റിന്റെ നീക്കത്തിനെതിരെ ഇപ്പോൾതന്നെ കേരളത്തിന്റെ പ്രതിഷേധം ഉയർന്നിട്ടുണ്ട്.

എല്ലാ പ്രകൃതി നിയമങ്ങളെയും ലംഘിച്ചു കൊണ്ടാണ് പടിഞ്ഞാറോട്ട് ഒഴുകിക്കൊണ്ടിരിക്കുന്ന നദികളെ കിഴക്കോട്ട് തിരിച്ചു വിടുന്നത്. ഇങ്ങനെ സംയോജിപ്പിക്കുമ്പോൾ പശ്ചിമഘട്ട വനമേഖലയിലെയും വേമ്പനാട്ടുകായലിലെയും പരിസ്ഥിതി ആവാസവ്യവസ്ഥയെ ബാധിക്കുമെന്ന വിമർശനം ഇതിനകം ഉയർന്നിട്ടുണ്ട്.

എന്നാലിത് ഇവിടങ്ങളിൽ മാത്രമല്ല കായംകുളം മേഖലയിലും ബാധിക്കും. പടിഞ്ഞാറോട്ട് ഒഴുകുന്ന നദികളെ കിഴക്കോട്ട് തിരിക്കുമ്പോൾ അച്ചൻകോവി ലാറ്റിൽ വെള്ളം കുറയുകയും ഇതുമൂലം അതിന്റെ കൈവഴിയായ കരിപ്പുഴ പത്തിയൂർ തോട്ടിൽ ജലമൊഴുക്ക് ഇല്ലാതാകുന്നതോടെ കായംകുളം തോട്ടിലെ പട്ടണ അവശിഷ്ടങ്ങൾ ഒഴുകിപ്പോകാതെ വരും. ഇപ്പോൾതന്നെ വേനൽക്കാലത്ത് വെള്ളം മലിനമാണ്. ഇനിയും ഇവിടെ വെള്ളത്തിന്റെ ഒഴുക്കില്ലാതായി വന്നാൽ കീടങ്ങൾ വർദ്ധിക്കുകയും ജല മലിനീകരണവും വായു മലിനീകരണവും വർദ്ധിച്ചു പലവിധ രോഗങ്ങൾ പടരുകയും ചെയ്യും. ഇതു കൂടാതെ അച്ചൻകോവി ലാറ്റിലെ വെള്ളം പത്തിയൂർ ജലസംഭരണിയിൽ ശേഖരിച്ച് ശുദ്ധീകരിച്ചാണ് കായം കുളത്തും പരിസരപ്രദേശങ്ങളിലും ജലം എത്തിക്കുന്നത്. അച്ചൻകോവിൽ ആറ്റിൽ വെള്ളം കുറഞ്ഞാൽ ഇവിടങ്ങളിൽ വേനൽക്കാലത്ത് ശുദ്ധജല ദൗർലഭ്യം നേരിടുകയും ചെയ്യും. പത്തിയൂരിലൂടെ കടന്നുപോകുന്ന പമ്പഇടതുകര കനാലിലൂടെ ഇപ്പോൾതന്നെ ജലം കിട്ടുന്നില്ല. വെള്ളപ്പൊക്കത്തിൽ അച്ചൻ കോവിലാറ്റിലൂടെ ഒഴുകിവരുന്ന ജൈവാംശമാണ് പത്തിയൂർ പുഞ്ച കൃഷിയെ സമൃദ്ധമാക്കുന്നത്.പ്രകൃതിയുടെ ഈ ജലധാനത്തിന്റെ ലഭ്യത ഇല്ലായ്മ വന്നാൽ ഇവിടുത്തെ കൃഷിയെയും ബാധിക്കും.

വയനാട് ദുരന്തം ഉണ്ടാക്കിയ മഹാമാരി മുന്നറിയിപ്പ് യഥാവസരം കേന്ദ്രം അറിയിച്ചില്ല എന്ന പരാതി കേരളഗവൺമെന്റ്

നേരത്തെ തന്നെ വ്യക്തമാക്കി യിട്ടുണ്ട്. അർഹമായ വികസന ഫണ്ട് കാലതാമസം വരുത്തുകയോ കിട്ടാതിരിക്കുകയോ എന്ന പരാതി വേറെയും. ഇപ്പോൾ ഇതാ കേരളത്തോട് ആലോചി ക്കാതെ നദീജല സംയോജനത്തെ പറ്റിയുള്ള അജണ്ടയും തയ്യാറാക്കി യിരിക്കുന്നു. ഇങ്ങനെ എല്ലായിടത്തുനിന്നും കേരളത്തെ ഒഴിവാക്കുക എന്നത് ഒരു രാഷ്ട്രീയമാണ്. അത് കേരളവിരുദ്ധമായിട്ടുള്ളതാണ്. ജലക്ഷാമം നേരിടുന്ന കേരളത്തിലെ പമ്പ അച്ചൻകോവിൽ നദി സംയോജനം നടപ്പിലാക്കരുത്.

2024 ഡിസംബർ 02

സമരത്തിന്റെ ഉന്നം പിഴയ്ക്കരുത് ?

കോൺഗ്രസ് (ഐ) കൊച്ചിയിൽ പെട്രോൾ വില വർദ്ധനവിനെതിരെ നടത്തിയ സമരം ജനദ്രോഹം എന്ന നിലയിൽ വലിയ ഒച്ചപ്പാട് സൃഷ്ടിച്ചിരിക്കുകയാണ്. കോൺഗ്രസ് എന്നല്ല ജനങ്ങൾക്കായി ആര് സമരം നടത്തിയാലും ഒരു പറ്റം ആളുകൾ ഇത്തരത്തിൽ ആക്ഷേപം പറയാറുണ്ട്.

ഇന്ത്യൻ സ്വാതന്ത്ര്യ സമരത്തിൽ സമരത്തിനെതിരെ നിന്നവരും സ്വാതന്ത്ര്യാനന്തര ഘട്ടത്തിൽ ചൂഷക ജന്മിത്ത മുതലാളിത്തത്തിനും ഭരണകൂടത്തിനും എതിരെ നടന്ന സമരത്തിന്റെ ഫലമായി കിട്ടിയ നേട്ടങ്ങൾ അനുഭവിച്ചുകൊണ്ട് തന്നെ സമരത്തെ തള്ളി പറയുന്നവരുണ്ട്. ഇത്തരക്കാർ എന്നും പേടിച്ച് ഭരണകൂടത്തോട് ഒട്ടി നിൽക്കുന്നു. ഇവർ അരാഷ്ട്രീയ വാദികൾ ആണ്. ജന്മിത്വത്തിനും മുതലാളിത്തത്തിനും എതിരെ അവകാശങ്ങൾക്കായി സമരം ചെയ്യുമ്പോൾ ആ സമരത്തെ ആക്രമിക്കാനും ഇത്തരത്തിൽ പെട്ടവരെ ചൂഷക വർഗ്ഗം ഉപയോഗിക്കുന്നുണ്ട്.

ഏതൊരു സമരവും കുറച്ചൊക്കെ ജനങ്ങളെ ബാധിക്കും. സമരം ഒരു പേറ്റുനോവ് ആണ്. അത് ജനങ്ങൾ അനുഭവിക്കുക എന്നത് ഒരു സമര നിയമവും ആണ്. എന്നാൽ ഇവിടെ പെട്രോളിയം ഉൽപ്പന്നങ്ങളുടെ വിലനിയന്ത്രണം എടുത്തു കളഞ്ഞ, ഈ നിലയിൽ പെട്രോളിയം ഉൽപ്പന്നങ്ങളുടെ വില വർദ്ധനവിന് കാരണക്കാരായ കോൺഗ്രസിന് ഈ സമരം നടത്തുന്നതിനുള്ള അവകാശം ഉണ്ടോ എന്ന് ഉയർന്നുവന്ന ചോദ്യം പ്രസക്തമാണ്.

ഒരു സമരം ഉണ്ടാകുമ്പോൾ ആ സമരത്തിന് കാരണക്കാർ ആരെന്ന് അറിയുക എന്നത് പ്രധാനമാണ്. ഇവിടെ പെട്രോളിയം ഉൽപന്നങ്ങളുടെ വിലവർദ്ധനവിന് കാരണക്കാർ കോർപ്പറേറ്റ് മൂലധന ശക്തികളും ഭരണകൂടവും ഒന്നു ചേർന്നുള്ള കൂട്ടുകെട്ടാണ്. ഇത് ശരിയാണെങ്കിൽ കോൺഗ്രസിന്റെ ഈ സമരം കൊണ്ട് പെട്രോളിയം ഉൽപ്പാദന മൂലധനശക്തികൾക്കും ഭരണകൂടത്തിനും എന്ത് തടസ്സമാണ് ഉണ്ടായിട്ടുള്ളത് ? ഇത്തരം സമരങ്ങളുടെ പേരിൽ കുട്ടികൾക്ക് പരീക്ഷയ്ക്ക് സമയത്തിനെത്താൻ കഴിഞ്ഞില്ല, പാവപ്പെട്ട രോഗിയെ ആശുപത്രിയിൽ എത്തിക്കാൻ കഴിഞ്ഞില്ല എന്നിങ്ങനെ ജനങ്ങൾക്കുണ്ടാകുന്ന ബുദ്ധിമുട്ടിന്റെ കാര്യം പറഞ്ഞ് ബൂർഷ്വാ പത്രങ്ങൾ പെരുപ്പിക്കുമ്പോൾ ഭരണകൂടം പ്രകടനങ്ങൾക്ക് നിയന്ത്രണങ്ങളും തെരുവിൽ മൈക്ക് വെക്കാനും യോഗം നടത്താനും പാടില്ല അങ്ങനെ തുടങ്ങി പൗരന്റെ പൗരാവകാശങ്ങളും മൗലികാ

വകാശങ്ങളും റദ്ദ് ചെയ്തുകൊണ്ടിരിക്കുന്നു. എല്ലാം ജനസംരക്ഷണത്തിന്റെ പേരിൽ. എന്നാൽ ഇതിന്റെ യഥാർത്ഥ സംരക്ഷണം ലഭിക്കുന്നത് മൂലധന ശക്തികൾക്കും ഭരണ കൂടത്തിനും ആണ്. അവർക്ക് തടസ്സമില്ലാതെ ചീറിപ്പായാം. ഇവരെയാണ് സമരം ബാധിക്കേണ്ടത്. അല്ലാതെ സഹോദര വർഗ്ഗങ്ങളെയല്ല. ഇവിടെ സമരത്തിന്റെ ഉന്നം പിഴയ്ക്കരുത്.

കോൺഗ്രസ് നടത്തിയതുപോലുള്ള എത്രയോ സമരങ്ങൾ ഇവിടെ നടക്കുന്നു. ഇതിൽനിന്ന് വ്യത്യസ്തമായി ഒരു വർഷമായി നടക്കുന്ന ഇന്ത്യൻ കർഷകസമരം നോക്കൂ. കർഷക ശക്തികൊണ്ട് വിറളിപൂണ്ട ഭരണകൂടം ബാരിക്കേഡുകൾ സ്ഥാപിച്ച് ജനങ്ങളുടെ സഞ്ചാര സ്വാതന്ത്ര്യം തടസ്സപ്പെടുത്തുന്നു. കോടതി അത് നീക്കം ചെയ്യാൻ ഉത്തരവിടുന്നു. ഇനി സമരകേന്ദ്രങ്ങളിൽ നിന്നും സമരക്കാരെ ബലമായി ഒഴിപ്പിക്കാൻ ശ്രമിച്ചാൽ സർക്കാർ ഓഫീസുകൾ ഭക്ഷ്യധാന്യ മാർക്കറ്റുകൾ ആക്കിമാറ്റുമെന്ന് സമര നേതാവ് രാകേഷ് ടിക്കായത്ത് മുന്നറിയിപ്പ് നൽകിയിരിക്കുന്നു.

ഇവിടെയാണ് കോൺഗ്രസിന്റെ സമരത്തിനായി സമരവും, ഇന്ത്യൻ കർഷകർ ലക്ഷ്യബോധത്തോടെ നടത്തുന്ന സമരവും തമ്മിലുള്ള വ്യത്യാസം. ഒന്ന് ജനവിരുദ്ധമായി മാറിയെന്ന് ആക്ഷേപം ഉയർന്നപ്പോൾ മറ്റൊന്ന് സാമ്രാജ്യത്ത കോർപ്പറേറ്റ് മൂലധനത്തിനും ഭരണകൂടത്തിനും എതിരായ സമരമായി മാറുന്നു. അതിന് ജനങ്ങൾ പിന്തുണയും നൽകുന്നു.

2021 നവംബർ 02

നാടകത്തിന്റെ സാമൂഹ്യപ്രസക്തി

നാടക ചരിത്രത്തിൽ ആധിപത്യം ഉറപ്പിച്ച കായംകുളത്തെ കെ.പി.എസി.ക്കും മുമ്പ് തൊട്ടടുത്ത ഗ്രാമമായ എരുവ, കേരള നാടക ചരിത്രത്തിൽ അഭിമാനാർഹമായ സംഭാവന നൽകിയിട്ടുണ്ട്.

സംഗീത നാടക പ്രസ്ഥാനത്തിന്റെ ആരംഭത്തിൽ എരുവ വാരിയത്ത് എം. ചക്രപാണി വാര്യർ (കൊല്ലവർഷം 1037-1127) "ഹരിശ്ചന്ദ്രചരിതം" എന്ന സംഗീത നാടകം എഴുതി അവതരിപ്പിച്ച് കേരളത്തിൽ പ്രശസ്തി നേടി. കൂടാതെ ഇദ്ദേഹം 9 നാടകങ്ങൾ എഴുതിയിട്ടുണ്ട്. കായംകുളത്ത് നാടക സംഘത്തിന് തുടക്കം കുറിച്ചതും ഇദ്ദേഹമാണ്. നാടക രചന, സംവിധാനം, അഭിനയം എന്നീ നിലയിൽ ജ്വലിച്ചു നിന്ന സി.ജി. ഗോപിനാഥന്റെ വീടും ഏരുവയാണ്. നാടകോത്സവം നടത്തുന്നത് തന്നെ പ്രൊഫഷണൽ നാടക രംഗത്ത് അറിയപ്പെട്ടിരുന്ന എൻ.എൻ.പോറ്റിയുടെ (എരുവ)നാമധേയത്തിലാണ്.

പത്തിയൂർ ശ്രീകുമാർ നാടക സംവിധാനത്തിലും അഭിനയത്തിലും അറിയപ്പെടുന്നു.

കോട്ടാൽ ഗോപാലൻ നായർ, ശ്രീധരൻ പിള്ള എന്ന എസ്. പി. വടുതല, ചെപ്പള്ളിത്തറ അച്യുതക്കുറുപ്പ് വൈദ്യൻ, ചെമ്പകശ്ശേരിൽ ഗോപാലകുറുപ്പ്, ചെമ്പകശ്ശേരിൽ തെക്കതിൽ ശ്രീധരൻ പിള്ള, കൊല്ലൻപറമ്പിൽ ദാമോദരൻ നായർ, പുതുവന കരുണാകരൻ നായർ, മലയിൽ വടക്കതിൽ ശാമുവൽ ആശാൻ, ആശാൻ തറയിൽ കൃഷ്ണനാശാരി, നാഥൻപറമ്പിൽ എച്ച്. കോയക്കുട്ടി, പുത്തൻ പുരയിൽ ദാമോദരൻ പിള്ള, പുത്തൻ പുരയിൽ കൃഷ്ണ പിള്ള, പുത്തൻപുരയിൽ ചെല്ലപ്പൻപിള്ള, കോമളത്ത് കൃഷ്ണപിള്ള, കൈത്താനത്ത് ഭാർഗവൻ പിള്ള, കല്ലൂപറമ്പിൽ ഷണ്മുഖൻ, വളയിക്കാത്ത് സുബേർ, തോപ്പിൽ ജയകുമാർ, മരങ്ങാട്ടു രാമകൃഷ്ണപിള്ള, കണ്ണൻ പിളാകത്ത് ബാഹുലേയൻ പിള്ള, വൃന്ദാവനം കൃഷ്ണൻ തുടങ്ങിയവർ ഈ പ്രദേശത്തെ നാടക നടന്മാർ ആയിരുന്നു. എരുവ കൊച്ചുവീട്ടിൽ ഈശ്വരിയമ്മ നാടകനടി ആയിരുന്നു.

നൃത്ത നാടക രംഗത്ത് ചുടുകാട്ടിൽ എരുവ സുഗതൻ, തണ്ടത്ത് കിഴക്കതിൽ പ്രഭാകരൻ പിള്ള (എരുവ ടി.കെ. പ്രഭ) എന്നിവർ അറിയപ്പെട്ടിരുന്നു.

എരുവ ചക്രപാണി വാരിയരുടെ കാലഘട്ടത്തിൽ നിന്നും കെ.പി.എസി. യുടെയും സി.ജി. ഗോപിനാഥന്റെയും ഘട്ടത്തിലെത്തിയപ്പോൾ നാടകം ഇതിവൃത്തത്തിൽ മാത്രമല്ല അവതരണത്തിലും ആശയത്തിലും പുതുമയിലും പച്ച മലയാളത്തിൽ ഉള്ള ഇമ്പമേ

റിയ പാട്ടുകളൊക്കെക്കൊണ്ട് വിപ്ലവാത്മകമായ ഒരു ഘട്ടത്തിലേക്ക് കടന്നു.80 കളോടെ തെരുവു നാടകങ്ങളും പ്രചാരത്തിൽ ആയി.

നാടകത്തിന്റെയും സാഹിത്യത്തിന്റെയും വളർച്ചയ്ക്കൊപ്പം നാടകം ഉൾപ്പെടെയുള്ള കലയും സാഹിത്യവും, കല കലയ്ക്ക് വേണ്ടി, കല ജീവിതത്തിന്, കല സമൂഹത്തിന്, കല സാമൂഹ്യ മാറ്റത്തിന് അതല്ല കല വിപ്ലവകരമായ സാമൂഹ്യമാറ്റത്തിന് എന്ന നിലയിലെല്ലാം ആശയ പ്രചരണങ്ങളും ചർച്ചകളും സാംസ്കാരിക നായകന്മാരും സംഘടനകളും കേരളത്തിൽ ആകമാനം നടത്തിയിട്ടുണ്ട്. ഇത് നാടകത്തിൽ പ്രതിഫലിക്കുകയും അങ്ങനെയുള്ള നാടകങ്ങൾ സാമൂഹ്യ മാറ്റത്തിന് രാസത്വരകമായി മാറുകയും ചെയ്തിട്ടുണ്ട്.

ഇന്നത്തെ നാടകങ്ങൾ സമൂഹത്തിലെ വിഷയങ്ങൾ അവതരിപ്പിക്കുമ്പോൾ തന്നെ സമൂഹത്തിലെ പ്രധാന വൈരുദ്ധ്യം എന്തെന്ന് കാണാതെയും സമൂഹത്തിലെ പുഴുകുത്തുകൾക്ക് വലിയ വേദന വരുത്താതെയും ഒരുമാതിരി എല്ലാവരെയും തൃപ്തിപ്പെടുത്തുന്ന നാടകമാണ് കൂടുതലും അവതരിപ്പിക്കുന്നത്. ഇതിന്റെ കാരണം മാറിയ രാഷ്ട്രീയ സാഹചര്യവും ശരിയായ ദർശനം നൽകാൻ കഴിയുന്ന ദാർശനികരുടെ അഭാവവും പല നാടക സംഘങ്ങൾക്കും കൂട്ടായ ചർച്ചയില്ലായ്മയുമൊക്കെയാണ്. സാമൂഹിക വിമർശനം നടത്തുന്ന നാടകങ്ങളെ സംരക്ഷിക്കേണ്ട ചുമതല സമൂഹത്തിനുമുണ്ട്. "നാടകത്തിന്റെ സാമൂഹ്യ പ്രസക്തി" ചർച്ച ചെയ്യുന്നു.

എരുവ നളന്ദ നാടകോത്സവത്തോടനുബന്ധിച്ച് നടത്തിയ സാംസ്കാരിക സമ്മേളന ചർച്ച വിജയിപ്പിക്കാനായി ഇട്ട കുറിപ്പ്

2023 നവംബർ 05

നവമാധ്യമങ്ങളുടെ സ്വാധീനം

നമുക്കിന്ന് ഇന്റർനെറ്റും കമ്പ്യൂട്ടറും മൊബൈൽ ഫോണും ഒന്നും ഒഴിച്ചുകൂടാൻ പാടില്ലാത്തതാണ്. നിർമ്മിത ബുദ്ധിയുടെ (എ.ഐ) വരവോടെ നോളജ് ഇക്കണോമി അല്ലെങ്കിൽ അറിവ് സമ്പത്ത് വ്യവസ്ഥ യിലേക്ക് ലോകം കുതിക്കുന്നു. ഇതോടൊപ്പം ഡിജിറ്റൽ സാങ്കേതിക വിദ്യകൾ ഉപയോഗിച്ച് ഡാറ്റ അല്ലെങ്കിൽ അറിവുകൾ ശേഖരിച്ച് വിൽപ്പന നടത്തി വൻ ചൂഷണം നടത്തുന്ന വൻകിട കോർപ്പറേറ്റ് ശക്തികൾ തടിച്ച് കൊഴുക്കുന്നുമുണ്ട്.

ഫെയ്സ്ബുക്കും ട്വിറ്ററും എക്സ്സും മെറ്റ പോലുള്ള സോഷ്യൽ മീഡിയകൾ ശക്തമായ ആശയ വിനിമയ ഉപാധികൾ ആയി മാറിയി രിക്കുന്നു. ഈ സോഷ്യൽ മീഡിയകൾ നമ്മുടെ അറിവുകളെ കൂടുതൽ വളർത്താനും നമ്മെ തന്നെ പ്രതികരിക്കാനും അവസരം നൽകുന്നുണ്ട്. സമൂഹത്തോട് തെറ്റ് ചെയ്യുന്നവരെ തുറന്നുകാട്ടാനും വ്യാപകമായ പ്രതിഷേധങ്ങൾ സംഘടിപ്പിക്കാനും കഴിയുന്നു. മുഖ്യധാരാ മാധ്യമങ്ങൾ പുറത്തു കൊണ്ടു വരാത്ത പല സംഭവങ്ങളും നവമാധ്യമങ്ങൾ പുറത്തുകൊണ്ടു വരുന്നു. ലോകത്തെ അറിയാനും അറിയിക്കാനും കാണാനും സോഷ്യൽ മീഡിയയിലൂടെ നമുക്ക് കഴിയുന്നുണ്ട് ഇങ്ങനെ ഇതിന്റെ വളരെയധികം പ്രയോജനം ഒരു വശത്ത്

മറുവശത്ത് ഇന്റർനെറ്റിന്റെ അടിമകളാകാൻ അത് നമ്മെ പ്രേരിപ്പിക്കുന്നു. ഇത് ഏറെയും കുട്ടികളിലും യുവതി യുവാക്കളിലും ആണ് സ്വാധീനം ചെലുത്തുന്നത്. ഇന്റർനെറ്റ് ഗെയിമുകളും ലൈംഗിക വൈകൃതങ്ങളും എല്ലാം ഇതിന്റെ ആകർഷത്വമാണ്. ഒരു കേന്ദ്രത്തിൽ ഇരുന്ന് ഏതൊരു വ്യക്തിയുടെയും സമൂഹത്തിന്റെതന്നെ സംസ്കാരത്തെ നിയന്ത്രിക്കാൻ ഇതിന് കഴിവുണ്ട്. ഉടുത്തൊരുങ്ങിയ മനുഷ്യ ശരീരത്തെ നഗ്നമാക്കി അവതരിപ്പിച്ച് ആക്ഷേപിക്കാൻ പോലും ഇതിന് ഒരു ലജ്ജയും ഇല്ല. ഇതി ലൊക്കെ മനംനൊന്ത് എത്രയോ ജീവിതമാണ്നഷ്ടപ്പെട്ടിട്ടുള്ളത്?.

ഇന്റർനെറ്റിന്റെ അമിത ഉപയോഗം മൂലം നമ്മുടെ കുട്ടികൾക്ക് പഠനത്തിൽ ശ്രദ്ധയില്ലായ്മയും മയക്കം വിഭ്രാന്തി തുടങ്ങിയ ഭാവ മാറ്റങ്ങൾ വർദ്ധിക്കുന്നതായി പഠനങ്ങൾ വ്യക്തമാക്കുന്നു. ഇത്തരത്തിൽ നവമാധ്യമങ്ങളിൽത്തന്നെ നല്ലതും ചീത്തയും ഇഴയഴിക്കാൻ വയ്യാത്ത വിധം ബന്ധപ്പെട്ടിരിക്കുന്നു.

നിർമ്മിത ബുദ്ധി ചോദിക്കുന്നത് നിങ്ങൾ എന്തിനാണ് പഠിക്കുന്നതും, ചിന്തിക്കുന്നതും എന്നാണ്. ഞങ്ങളോട് ചോദിക്കു എല്ലാം ഞങ്ങൾ തരാം. എന്നിട്ട് മെറ്റ പോലുള്ള ലോക ഭീമൻമാർ നിർദ്ദേ

ശിക്കുന്നത് അനുസരിച്ച് അറിവുകളും സംസ്കാരവും മാറുന്നു. ഇതിന് വിധേയരാകുന്നവരെ ഈ കുത്തകകൾ ആഗ്രഹിക്കുന്നത് അനുസരിച്ച് ചിന്തിപ്പിക്കുകയും അനുസരിപ്പിക്കുകയും ചെയ്യുന്നു. ഇത് നമ്മുടെ ചിന്തയെ നശിപ്പിക്കുന്നു. നാട്ടുഭാഷയിൽ പറഞ്ഞാൽ നമ്മടെ തല തരിശിടും. എന്നിട്ട് നമ്മെ ലോക മുതലാളിത്തത്തിന് വിധേയപ്പെട്ട് ചിന്തിപ്പിക്കുന്ന അടിമത്ത മനുഷ്യരാക്കുന്നു. സോഷ്യൽ മീഡിയകളും നിർമ്മിത ബുദ്ധിയും സമൂഹത്തിന്റെ നൻമയ്ക്കായി മാറണമെങ്കിൽ ഇന്നത്തെ ചൂഷക വർഗ്ഗ സമുദായം മാറി ഒരു വർഗ്ഗരഹിത സമുദായം ഉണ്ടാവണം. സോഷ്യൽ മീഡിയായും നിർമ്മിത ബുദ്ധിയും അന്ന് ജനവിരുദ്ധതയല്ല. ജനസേവനമായിരിക്കും ചെയ്യുക. അന്ന് മനുഷ്യന്റെ അദ്ധ്വാനം കുറയുകയും വിനോദ സമയം കൂടുകയും ചെയ്യും.

നാം ഇന്ന് പല വഴികളിലേക്ക് പോകുന്ന ഒരു ജംഗ്ഷനിൽ എത്തി നിൽക്കുകയാണ്. ഇവിടെ നിന്നും ശരിയായ പാതയിലേക്ക് പോകേണ്ടതുണ്ട്. ഇത് സംബന്ധിച്ച് "നവമാധ്യമങ്ങളുടെ" സ്വാധീനം എന്ന വിഷയം ചർച്ചചെയ്യുന്നു.

എരുവ നളന്ദ നാടകോത്സവത്തോടനുബന്ധിച്ച് നവമാദ്യമങ്ങളെ സംബന്ധിച്ചുള്ള ചർച്ച വിജയിപ്പിക്കാനായി ഇട്ട കുറിപ്പ്

2023 നവംബർ 06

ലഹരിയിലാകുന്ന ജീവിതം

മദ്യം അകത്തായാൽ വിദ്യ പുറത്തെന്നാണ് പഴഞ്ചൊല്ല്. ഇത് ഉള്ളിൽ ചെന്നാൽ അവരവരുടെ മാനസികാവസ്ഥയ്ക്ക് അനുസരിച്ച് പ്രതിഫലിക്കും. കവിക്ക് കവിതയും അഹങ്കാരിക്ക് അഹങ്കാരവും പുറത്തുവരും എന്ന അർത്ഥമാണ് ഈ പഴഞ്ചൊല്ലിൽ ഉള്ളത്.

പകലന്തിയോളം വേല ചെയ്തിട്ട് ചീനിയും മീനും കഴിച്ചു അന്തിക്കള്ളും മോന്തി കുഞ്ഞുങ്ങൾക്ക് ഒരു ചെറു പലഹാരം പൊതിയുമായി താളലയങ്ങളിൽ പേച്ചും പേച്ചും നടന്നുവരുന്ന ആ പഴയ കുടിക്കാരന് അതൊരാനന്ദവും ആ വരവ് കണ്ടു നിൽക്കുന്നവർക്ക് ഒരു ശേലുമായിരുന്നു.

എന്നാൽ ഇപ്പോഴത്തെ മദ്യവും മയക്കുമരുന്നും അത് കഴിക്കുന്നവർക്ക് തന്നെ ഒരു ഉപദ്രവമായി തീരുന്നു. ഒപ്പം കുടുംബത്തിനും, സമൂഹത്തിനും. മദ്യവും വിവിധയിനം ലഹരി ഉത്പന്നങ്ങളുടെ ഉപയോഗവും നിമിത്തം ക്യാൻസർ ഉൾപ്പെടെയുള്ള പല മാരക രോഗങ്ങൾ, അത് കഴിക്കുന്നവരുടെ വീട്ടിലെ സ്ത്രീകൾക്കും കുട്ടികൾക്കും ഉണ്ടാകുന്ന അങ്കലാപ്പ്, കുടുംബ കലഹം, സ്ത്രീ പീഡനം, സമൂഹത്തിൽ അക്രമം തുടങ്ങി കുറ്റ കൃത്യങ്ങളും വർദ്ധിക്കുന്നു. എല്ലാ കുറ്റകൃത്യ ങ്ങൾക്കും ഇത് ആക്കം കൂട്ടുന്നു. ജന വിരുദ്ധമായ ഒരു സംസ്കാരത്തെ തന്നെ അത് സൃഷ്ടിക്കുന്നു. ഗവൺമെന്റാകട്ടെ മദ്ധ്യഷാപ്പുകൾ കൂടുതൽ തുറക്കുന്നു.

കുടുംബത്തിനുള്ളിൽ ലഹരിമുക്തതയെപ്പറ്റി ചർച്ചകൾ വരണം. ഇതിന് പറ്റിയ സമയം വീട്ടിൽ അത്താഴം കഴിക്കുമ്പോൾ ആകട്ടെ. അച്ഛനും അമ്മയും മക്കളും ഒന്നിച്ചിരുന്ന് ആഹാരം കഴിക്കുന്നത് ഒരു ശീലമാക്കണം. അപ്പോൾ ഗൃഹനാഥൻ തന്നെ ലഹരി ഉപയോഗിച്ചിട്ടുണ്ടെങ്കിൽ അല്ലെങ്കിൽ മക്കളാരെങ്കിലും ഉപയോഗിച്ചിട്ടുണ്ടെങ്കിൽ അതിന്റെ ദോഷത്തെപ്പറ്റി നാട്ടിൽ നടക്കുന്ന സംഭവങ്ങളുമായി താരതമ്യപ്പെടുത്തി ചർച്ചകൾ നടത്തുക. മക്കൾ ഒന്നിച്ചിരുന്ന് ഭക്ഷണം കഴിക്കാൻ തയ്യാറാകുന്നില്ലെങ്കിൽ ആഹാരം കഴിക്കുമ്പോൾ ചേഷ്ടകൾ കാണിക്കുന്നുണ്ടെങ്കിൽ അതിന്റെ കാരണം കണ്ട് പിടിക്കുക.

ഇത്തരം കണ്ടെത്തലുകൾ വീട്ടിൽ കലാപം സൃഷ്ടിക്കാതെ സമാധാനപരമായ ചർച്ചകളിലൂടെ പരിഹരിക്കാൻ കഴിയണം. ഇതിന് കുടുംബങ്ങളിലെ അമ്മമാരും സഹോദരിമാരും മുൻകൈ എടുക്കണം. ഒന്നിച്ചിരുന്ന് ഭക്ഷണം കഴിക്കുമ്പോൾ നാട്ടുവിശേഷങ്ങൾ ചർച്ചചെയ്യാം ഭക്ഷണത്തിന്റെ രുചിയും ആസ്വദിക്കാം, കുടും

ബത്തിലെ തെറ്റുകൾ മനസ്സിലാക്കി തിരുത്തുകയും ചെയ്യാം. ഇത് നമ്മുടെ ഒരു സംസ്കാരമാകട്ടെ.

എരുവ നളന്ദ നാടകോത്സവത്തോടനുബന്ധിച്ച് ലഹരിയിൽ ആകുന്ന ജീവിതം എന്ന ചർച്ചക്ക് മുന്നോടിയായി എഴുതിയ കുറിപ്പ്

2024 നവംബർ 7

വയോജന സംരക്ഷണം

മനുഷ്യ ശരീരത്തിന്റെ പ്രകൃതിദത്തമായ ഒരവസ്ഥയാണ് വാർദ്ധക്യം. യൗവനത്തിൽ എന്ന പോലെ വാർദ്ധക്യത്തിനും ഒരു സൗന്ദര്യം ഉണ്ട്. എന്നാൽ ഇന്ന് ചിലർക്ക് ഈ വാർദ്ധക്യം ഒരു ശാപവും കുറ്റവും ആയി തോന്നുന്നുണ്ടോ.?

രക്തബന്ധം പോലും രൂപ-പൈസ അടിസ്ഥാനത്തിൽ കാണുന്ന ഒരു സാമൂഹ്യ വ്യവസ്ഥയാണ് നമുക്കുള്ളത്. എവിടെ പണം ഉണ്ടോ അവരോട് ഒരു പ്രത്യേക സ്നേഹം കുടുംബത്തിൽ പെട്ടവർക്ക്തന്നെ ഉണ്ടാകുന്നു. ഇത്തരമൊരു അവസ്ഥയിൽ വാർദ്ധക്യത്തിൽ വരുമാനം ഇല്ലാതായാലോ ?.

നല്ലത് എടുത്തിട്ട് വേസ്റ്റ് റോഡിലേക്ക് വലിച്ചെറിയുന്നതാണ് സമൂഹത്തിന്റെ പ്രവണത. ആവത് കാലത്ത് വേലയെടുത്ത് വളർത്തിയ മക്കൾ അവസാനം വേസ്റ്റ് തള്ളുന്നത് പോലെ തള്ളുമോയെന്ന് ആശങ്കയുള്ളവർ, അങ്ങനെ അനുഭവിക്കുന്നവർ, സമൂഹത്തിൽ എല്ലാവർക്കും ഈ അനുഭവം ഇല്ലെങ്കിലും പലരും ഈ ആശങ്ക അഭിമുഖീകരിക്കുന്നു.

സമ്പത്ത് ഉണ്ടെങ്കിലും ശുശ്രൂഷിക്കാൻ അടുത്ത് മക്കൾ ഇല്ലാത്തവർ. ശുശ്രൂഷിക്കാൻ ആളുണ്ടെങ്കിലും സ്നേഹവും സന്തോഷവും കിട്ടാത്തവർ. ഇത്തരത്തിൽ ഒക്കെ ശാരീരികമായും മാനസികമായും വാർദ്ധക്യം ഒറ്റപ്പെടുത്തുന്നു.

ഒരുവൻ കുടുംബത്തിനുവേണ്ടി അധ്വാനിക്കുമ്പോൾ പോലും അത് സമൂഹത്തിനും നേട്ടം ആകുന്നു. അതുകൊണ്ടുതന്നെ കുടുംബത്തിന് എന്ന പോലെ സമൂഹത്തിനും ഗവൺമെന്റിനും വാർധക്യത്തിൽ പെട്ടവരെ സംരക്ഷിക്കേണ്ട ഉത്തരവാദിത്തമുണ്ട്. കുടുംബത്തിന്റെ ഉത്തരവാദിത്വവും സമൂഹത്തിന്റെ പരിഗണനയും ഗവൺമെന്റിന്റെ കരുതലും ഉണ്ടാകണം. ഇതിൽ ഒന്നാം സ്ഥാനം കുടുംബത്തിന് തന്നെയാണ്. ഒരിറ്റു സ്നേഹവും സന്തോഷകരമായ വാക്കും അവർ പ്രതീക്ഷിക്കുന്നു. എല്ലാം ഉണ്ടെങ്കിലും വാർദ്ധക്യത്തിൽ ഒറ്റപ്പെട്ട് മനസ്സ് മുരടിക്കാതിരിക്കാൻ വിനോദത്തിന്റെ ആവശ്യവും ഉണ്ട്. വിഷയം ചർച്ചചെയ്യുന്നു.

എരുവ നളന്ദ നാടകോത്സവത്തോടനുബന്ധിച്ച് സാംസ്കാരിക സമ്മേളനത്തിൽ വയോജന ചർച്ച വിജയിപ്പിക്കുന്നതിനുവേണ്ടി ഇട്ട കുറിപ്പ്

22024 നവംബർ 08

സ്ത്രീ സുരക്ഷ മാറുന്ന സങ്കല്പം

സ്ത്രീ സുരക്ഷ സ്ത്രീയുടെ സ്വാതന്ത്ര്യവുമായി ബന്ധപ്പെട്ടി രിക്കുന്നു. " സ്ത്രീയെ കൗമാരത്തിൽ മാതാവ് രക്ഷിക്കുന്നു. യൗവനത്തിൽ ഭർത്താവ് രക്ഷിക്കുന്നു. വാർധക്യത്തിൽ പുത്രന്മാർ രക്ഷിക്കുന്നു. അല്ലാതെ അവളെ സ്വതന്ത്രരായി വിടരുത്. ന:സ്ത്രീ സ്വാതന്ത്ര്യ മർഹതി " (മനുസ്മൃതി).

ചാതുർവർണ്യത്തിന്റെ മനു തത്വശാസ്ത്രമാണിത്. ഭക്ഷണം കൊടുത്തു കൂട്ടിൽ അടച്ചിട്ടിരിക്കുന്ന കിളിയുടെ അവസ്ഥ. സ്ത്രീക്ക് മനു ഒരു സ്വാതന്ത്ര്യവും അനുവദിക്കുന്നില്ല ഈ തത്വ ശാസ്ത്രത്തിൽ. അവളെ വീട്ടമ്മയായി കിടപ്പറയിലും അടുക്കളയിലും ഒക്കെ അടച്ചുപൂട്ടിയിട്ടു. ഒരു വീട്ടടിമയായി അവൾ മാറി.

പുരുഷന് വേണ്ടത് ധൈര്യം,തന്റേടം,വീര്യം എന്നൊക്കെയാണെങ്കിൽ സ്ത്രീകൾക്ക് ഒതുക്കം, അടക്കം, വിനയം എന്നൊക്കെ വേണമെന്നാണ് മനുവിന് ശേഷമുള്ള സാമൂഹ്യ വ്യവസ്ഥകളിലും പഴഞ്ചൊല്ലിലൂടെ ഉറപ്പിച്ചു നിർത്തിയത്.

പൂവായാൽ മണം വേണം
പൂമാനായാൽ ഗുണം വേണം
പൂമാനിനി സ്ത്രീമാർകളായാൽ അടക്കം വേണം
എന്നാണ് പഴഞ്ചൊല്ല്.

സ്ത്രീയും പുരുഷനും ഒന്നിച്ച് താമസിക്കുന്ന കുടുംബത്തിൽ പ്രധാനപ്പെട്ട കാര്യങ്ങളുടെ ആലോചന വേദിയിൽ സ്ത്രീക്ക് എന്ത് പങ്കാണുള്ളത്? ഇതിനു കാരണം "പെൺബുദ്ധി പിൻബുദ്ധി" എന്നാണ് പഴഞ്ചൊല്ലിന്റെ തത്വശാസ്ത്രം. ഇനി അഥവാ ആരെങ്കിലും ഭാര്യയുമായി ആലോചിച്ച് പറയാം എന്ന് വെച്ചാൽ അവനെ പെൺകോന്തൻ ആക്കുന്ന സാമൂഹ്യവ്യവസ്ഥയാണ് നമുക്കുള്ളത്.

എല്ലാ ദൈവങ്ങളെയും മനംനൊന്ത് പ്രാർത്ഥിച്ച് തൊഴുന്ന സ്ത്രീയ്ക്ക് ഒരു മതവും പുരുഷനോടൊപ്പം സ്വാതന്ത്ര്യം അനുവദിച്ചിട്ടില്ല. ഇന്ത്യൻ ഭരണഘടന പോലും അധികാര സ്ഥാനത്തേക്കുള്ള മത്സരത്തിൽ തുല്യത നൽകുന്നില്ല.

എപ്പോഴൊക്കെ സ്ത്രീ സ്വാതന്ത്ര്യത്തിനു വേണ്ടി, പുരുഷനോടൊപ്പം തുല്യതയ്ക്ക് വേണ്ടി, ഇഷ്ടപ്പെട്ട വസ്ത്രം ധരിക്കുന്നതിന് വേണ്ടി, തെരുവിൽ ഇറങ്ങിയാൽ, ഇഷ്ടപ്പെട്ട പുരുഷനുമായി സംസാരിച്ചാൽ, സന്ധ്യ കഴിഞ്ഞു സഞ്ചരിച്ചാൽ ഒക്കെ അവളുടെ സുരക്ഷിതത്വം അപകടത്തിൽ ആകുന്നു. ഇതിനൊക്കെ എതിരെ ഇനിയും ശക്തമായ ഇടപെടൽ വളരേണ്ടതുണ്ട്. ഇവിടെ പുരുഷ

ന്റെ മനോഭാവമാണ് മാറേണ്ടത്.

തക്കതായ ഒരു വീട്ടുകാര്യം സംസാരിക്കുമ്പോൾ ഞാൻ പറയുന്നത് നീ അങ്ങ് കേട്ടാൽ മതിയെന്ന് ഒരു പുരോഗമന ജനാധിപത്യവാദിയായ ഭർത്താവ് പോലും തന്റെ പ്രിയതമയോട് പറഞ്ഞ് കണ്ണുരുട്ടുന്നെങ്കിൽ ആ വീട്ടിൽ എന്ത് സ്ത്രീ സുരക്ഷയാണ് ഉള്ളത് ?.

എവിടെ ആൺകോയ്മ ഉണ്ടോ അവിടെ സ്ത്രീ സുരക്ഷിത്വം ചോദ്യം ചെയ്യപ്പെടുന്നു. കുടുംബത്തിനുള്ളിലാണ് ഈ വൈരുദ്ധ്യം ഉണ്ടാകുന്നതെങ്കിൽ അത് സമാധാനപരമായ സംഭാഷണത്തിലൂടെ പരിഹരിക്കണം. എന്നാൽ സ്ത്രീ സ്വാതന്ത്ര്യത്തിന് തടസ്സം നിൽക്കുന്ന സാമൂഹ്യ വ്യവസ്ഥയെ മാറ്റുന്നത് സമരത്തിലൂടെയാണ്. ആദ്യത്തേത് മിത്രാപരമായ വൈരുദ്ധ്യവും രണ്ടാമത്തേത് ശത്രുതാപരമായ വൈരൂദ്ധ്യമാണ്. മിത്രാപരമായ വൈരൂദ്ധ്യം കലഹമാക്കരുത്. വിഷയം ചർച്ചചെയ്യുന്നു.

എരുവ നളന്ദ നാടക ഉത്സവത്തോടനുബന്ധിച്ച് 'സ്ത്രീ സുരക്ഷ മാറുന്ന സങ്കല്പം' ചർച്ച വിജയിപ്പിക്കുന്നതിനുവേണ്ടി ഇട്ട കുറിപ്പ്

2023 നവംബർ 09

പാട്ടിന്റെ പാലാഴി

മനുഷ്യൻ പിറന്നുവീഴുന്നതോടെ അമ്മയുടെ തേനൂറും പാല് നുണഞ്ഞും താരാട്ട് പാട്ട് കേട്ടുമാണ് ഉറങ്ങുന്നത്. ജീവിതവസാനം പാട്ടിനാൽ ഒടുങ്ങുന്നു.

"ഓമനത്തിങ്കൾക്കിടാവോ

നല്ല കോമള താമരപ്പൂവോ"

എന്ന രാജപ്പാട്ടുമാത്രമല്ല അധ്വാനിക്കുന്നവന്റെ ജീവിതവുമായി ബന്ധപ്പെട്ട താരാട്ടുപാട്ട് കൂടാതെ

"പാട്ടുപാടിയുറക്കാൻ ഞാൻ,

താമര പൂവും പൈതലേ,

കേട്ട് കേട്ട് അങ്ങ് ഉറങ്ങെന്റെ കാതലേ "

എന്ന സിനിമപാട്ടും കേട്ടിട്ടില്ലാത്തവർ കാണില്ല. മനുഷ്യ വർഗ്ഗത്തിന്റെ ആരംഭം മുതൽ തന്നെ അവർ പ്രകൃതിയിലെ മധുര ശബ്ദങ്ങൾ ഏറ്റു മൂളി ഈണം ഇട്ട് തുടങ്ങിയിരുന്നു. മനുഷ്യൻ കായിക അധ്വാനികളും മാനസിക അധ്വാനികളുമായി വേർതിരിഞ്ഞതോടെ അധ്വാനവുമായി ബന്ധപ്പെട്ട നാടൻ പാട്ടുകളും, വരേണ്യ വർഗ്ഗം സംസ്കൃത പദ്യങ്ങളും രചിച്ച് പോന്നു. ഈ രണ്ടു ധാരകളിൽ നാടൻപാട്ട്, നാടോടിപ്പാട്ട്, ഓണപ്പാട്ട്, പടയണിപ്പാട്ട് , കൃഷിപ്പാട്ട് കൊയ്ത്തു പാട്ട്, കല്യാണപാട്ട് തുടങ്ങിയവ ജനപ്രിയമാവുകയും അവതലമുറകൾ ഓമനിച്ചു ചുണ്ടോടു ചുണ്ട് പാടി പോരുന്നു.

"കാറോളി പെണ്ണുങ്ങൾ കറുകറു കയ്യാലെ,

ഞാറ് കുനിഞ്ഞ് നടന്നൊരളവിൽ". നാടൻ പാട്ട്,

ഞാറ് നടിച്ചിൽ കുറഞ്ഞെങ്കിലും പാട്ട് നിലനിൽക്കുന്നു.

"മലയ പുലയനാ മാടത്തിൻ മുറ്റത്ത്

മഴ വന്ന നാളൊരു വാഴ നട്ടു"

എന്ന ചങ്ങമ്പുഴയുടെ വാഴക്കുലയും.,

"ദാഹിക്കുന്നു ഭഗിനി കൃപാരസ

മോഹനം കുളിർ തണ്ണീരാശൂ നീ

ഓമലേ തരുതല്ലെന്നത്

കേട്ടരാമനോഹരി അമ്പരന്നോതിനാൾ.....

ജാതി ചോദിക്കുന്നില്ല ഞാൻ സോദരി "

എന്ന കുമാരനാശാന്റെയും നവോത്ഥാന കവിതകളുടെയും എല്ലാം ഇടി നാദമുഴക്കം ഇന്നും അവസാനിച്ചിട്ടില്ല.

"മനുഷ്യൻ മതങ്ങളെ സൃഷ്ടിച്ചു

മതങ്ങൾ ദൈവങ്ങളെ സൃഷ്ടിച്ചു

മനുഷ്യനും മതങ്ങളും ദൈവങ്ങളും കൂടി മണ്ണു പങ്കുവെച്ചു"

' എന്ന വയലാറിന്റെ തത്വചിന്താപരമായ സിനിമ പാട്ട് മനുഷ്യ ചിന്തകളെ ഇന്നും ഉണർത്തുന്നു.

'അഞ്ജന കണ്ണെഴുതി ആലില താലി ചാർത്തി,
അറപ്പുര വാതിലിൽ കാത്തിരുന്നു".

എന്നും,

"ഒരു പുഷ്പം മാത്രം മെൻ പൂങ്കുലയിൽ
നിർത്താം ഞാൻ ഒടുവിൽ നീയെത്തുമ്പോൾ ചൂടിക്കുവാൻ"

തുടങ്ങിയ ഹൃദയഹാരിയായ സിനിമാഗാനങ്ങൾ ഇന്നും കമിതാക്കളിൽ ദാഹിച്ചു മോഹിച്ചു പ്രേമ യമുനയിൽ താമര വള്ളം തുഴയുന്നു.

"ബലികുടീരങ്ങളേ ബലികുടീരങ്ങളേ
സ്മരണകൾ ഇരമ്പും രണ സ്മാരകങ്ങളേ
ഇവിടെ ജനകോടികൾ ഉയർത്തുന്നു
നിങ്ങളിൽ സമര പുളകങ്ങൾ തൻ സിന്ദൂരമാലകൾ"

തുടങ്ങിയ ആസ്വാദക ഹൃദയങ്ങളിൽ വിപ്ലവ വീര്യത്തെ തട്ടിയുണർത്തുന്ന കെ എസ് ജോർജിന്റെയും സുലോചനയുടെയും നാടകഗാനങ്ങൾ.

"നിങ്ങളെന്റെ കറുത്ത മക്കളെ ചുട്ടു തിന്നുന്നോ ?
നിങ്ങളോർക്കുക നിങ്ങളെങ്ങനെ... നിങ്ങളായെന്ന്"

കടമ്മനിട്ടയുടെ കുറത്തിയുടെ തീഷ്ണമായ നോട്ടത്തോടെയുള്ള ആ ഘനഗംഭീര ശബ്ദം ചൂഷകരുടെയുംമർദ്ദകരുടെയും നെഞ്ചിൽ ഇന്നും കൂർത്ത അമ്പുകൾ ആയി പതിക്കുന്നു.

" ചെപ്പ് കിലുക്കുന്ന ചങ്ങാതി
നിന്റെ ചെപ്പു തുറന്നൊന്നു കാട്ടൂല്ലേ"

എന്ന് കെ.പി.എസി. സുലോചന പാടുമ്പോൾ അത് കേൾക്കുന്ന ആരുടെ ആസ്വാദക ചെപ്പുകളാണ് തുറക്കാത്തതും കിലുങ്ങാത്തതും. ഇത്തരത്തിൽ വിവിധ പാട്ട് ശേഖരങ്ങളുടെ മധുരിക്കുന്ന ഒരു വലിയ കലവറ തന്നെ നമുക്കുണ്ട്.മനുഷ്യൻ അധ്വാനിച്ചും ഭക്ഷിച്ചും മാത്രമല്ല, പാട്ടും സംഗീതവും ആസ്വദിച്ചു കൊണ്ടു കൂടിയാണ് ജീവിക്കുന്നത്. സ്വർഗ്ഗത്തേക്കാൾ സുന്ദരമാണീ സ്വപ്നം വിടരും പാട്ടുകൾ ഉണർത്തിക്കൊണ്ട് പാട്ടിന്റെ പാലാഴി എന്ന വിഷയം അവതരിപ്പിക്കുന്നു.

നളന്ദ നാടകോത്സവത്തോടനുബന്ധിച്ചുള്ള സാംസ്കാരിക സമ്മേളനത്തിൽ "പാട്ടിൻറെ പാലാഴി" എന്ന ചർച്ചാവിഷയം വിജയിപ്പിക്കുന്നതിനായി ഇട്ട കുറിപ്പ്

2023 നവംബർ 10

ഇന്ത്യൻ ഫാസിസവും സി.പി.ഐ.(എം) ഉം

"ബി.ജെ.പി-ആർ.എസ്.എസിന്റെ കീഴിലുള്ള ഇന്നത്തെ രാഷ്ട്രീയ സംവിധാനം നവ ഫാസിസ്റ്റ് സവിശേഷതകൾ പ്രദർശിപ്പിക്കുന്ന കോർപ്പേർറ്റ് അമിതാധികാര ഭരണമാണെന്ന് നാം പ്രസ്താവിച്ചിട്ടുണ്ട്. മോദിഗവൺമെന്റ് ഒരു ഫാസിസ്റ്റ് അല്ലെങ്കിൽ നവ ഫാസിസ്റ്റ് ഗവൺമെന്റാണെന്ന് നാം പറയുന്നില്ല ". ഈ നിലപാട് സി.പി.ഐ, സി.പി.ഐ (എം.എൽ) ന്റെയും നിലപാടുകളിൽ നിന്ന് ഭിന്നവുമാണ്." (സി.പി.ഐ.(എം) 24-ാം പാർട്ടി കോൺഗ്രസ്സിനോടനുബന്ധിച്ചുള്ള കരട് രേഖയുടെ വിശദീകരണ കുറുപ്പിൽ നിന്ന്.)

ഫാസിസം എന്നാൽ ഫൈനാൻസ് മൂലധനത്തിന്റെ ഏറ്റവും പിന്തിരിപ്പനും അങ്ങേയറ്റത്തെ സങ്കുചിത ദേശീയത്തവാദികളും, കടുത്ത സാമ്രാജ്യത്ത വാദികളുമായ ശക്തികളുടെ പരസ്യവും ഭീകരവുമായ സ്വേച്ഛാധിപത്യമാണെന്നാണ് കമ്മ്യൂണിസ്റ്റ് ഇന്ത്യൻനാഷണൽ വിലയിരുത്തിയിട്ടുള്ളത്.

മുതലാളിത്തം വളർന്നുകൊണ്ടിരിക്കുകയും ഫ്യൂഡൽ കെട്ടുപാടുകൾ കൊണ്ട് സ്വാധീനമുള്ളതും സാമ്രാജ്യത്വമൂലധനത്തിന്റെ ഇരയും, ആ മൂലധനത്തിന് വിധേയത്വം പുലർത്തുകയും ചെയ്തുകൊണ്ടിരിക്കുന്ന ഇന്ത്യൻ ഭരണകൂടത്തിന് ഫാസിസത്തിന്റെ ക്ലാസിക്കൽ രൂപം ധരിക്കുക സാധ്യമല്ല. എന്നാൽ ഇതിന്റെ പ്രത്യേകതകളും സവിശേഷതകളും നാം അറിയണം.

മോദി ഗവൺമെന്റിന്റെ ഭരണത്തിൽ കുത്തക മുതലാളിത്വത്തിന്റെ വർദ്ധനവും കുത്തക മൂലധന കേന്ദ്രീകരണവും ഹിന്ദുത്വ വർഗ്ഗീയതയുടെ ഏറ്റവും സങ്കുചിതമായ അന്യമത വിദ്വേഷവും കടന്നാക്രമണങ്ങളും, തെരഞ്ഞെടുക്കപ്പെട്ട സംസ്ഥാന ഗവൺമെന്റുകളെ തെരഞ്ഞെടുക്കപ്പെടാത്ത ഗവർണറെ കൊണ്ട് അട്ടിമറിക്കാൻ ശ്രമിക്കുന്നത്, ഫെഡറൽ നിയമങ്ങളെ പിൻവലിച്ച് അധികാര കേന്ദ്രീകരണം നടത്തികൊണ്ടിരിക്കുമ്പോൾ, സ്വതന്ത്രമായ തെരഞ്ഞെടുപ്പ് സംവിധാനത്തിന്റെ നിക്ഷ്പക്ഷതയും സ്വതന്ത്രതയും അട്ടിമറിക്കാനായി ഇലക്ഷൻ കമ്മീഷൻ നിയമത്തിൽ മാറ്റം വരുത്തിയത്, പാർലമെന്റ് പോലും വേണ്ടത്ര ചർച്ച ചെയ്യാതെ കരിനിയമങ്ങൾ പാസ്സാക്കിയത്, സംശയത്തിന്റെ പേരിൽ ആരെയും അറസ്റ്റ് ചെയ്യുകയും ബുൾഡോസർ ഭരണം നടത്തുകയും നിഷഠൂരമായ അടിച്ചമർത്തൽ ഭരണം നടത്തുകയുമൊക്കെ ചെയ്യുന്നതുമെല്ലാം സി.പി.ഐ.(എം) ന് വെറും ഫാസിസ്റ്റ് സ്വഭാവങ്ങളും പ്രവണതകളും മാ

ത്രമാണ്. ഫാസിസമല്ല.

ചങ്ങാത്ത മുതലാളിത്തത്തിന്റെ അനിയന്ത്രിതമായ വളർച്ചയും വർഗ്ഗീയ ധ്രുവീകരണത്തിന്റെയും കടന്നാക്രമണത്തിന്റെ വർദ്ധനവും ഭരണഘടനയ്ക്കെതിരെ വർദ്ധിച്ചുവരുന്ന നിലപാടുകളും ഉൾപ്പെടെ മേൽപ്പറഞ്ഞവയെല്ലാം ഒറ്റപ്പെട്ടതായി കാണാതെ ഒന്നിന്റെ ഭാഗമായി കാണാൻ ശ്രമിക്കുന്ന ഏതൊരു രാഷ്ട്രീയ വിദ്യാർത്ഥിക്കും മനസ്സിലാകും ഇന്ത്യയിൽ ഫാസിസ്റ്റ് ഭരണമാണ് നടക്കുന്നത് എന്ന്. ഇത് വെറും ലക്ഷണം മാത്രമല്ല. നമ്മുടെ ആത്മനിഷ്ട ബോധമല്ല, ഇന്ത്യൻ വസ്തുനിഷ്ട യാഥാർത്ഥ്യമാണ് ഫാസിസത്തെ പുറത്ത് കാണിക്കുന്നത്.

ഇന്ത്യൻ ഫാസിസത്തെ ശരിയായി കണ്ടു കഴിഞ്ഞാൽ ഫാസിസം എന്ന മുഖ്യ വൈരുദ്ധ്യത്തിനെതിരെ മറ്റ് മുഴുവൻ പാർട്ടികളുടെയും ജനങ്ങളുടെയും ഐക്യത്തിനായി പ്രവർത്തിക്കേണ്ടി വരും. അതിനുൾക്കരുത്ത് പകരേണ്ടി വരും. ഇന്ത്യൻ ഫാസിസത്തെപ്പറ്റി ശരിയായി അറിയാൻ കഴിയാത്ത പാർട്ടികൾക്ക് ഫാസിസത്തിനെതിരായ ഐക്യമുന്നണി കെട്ടാനോ നേതൃത്വം കൊടുക്കാനോ കഴിയില്ല. ഇന്ന് ഇന്ത്യാമുന്നണി അഭിമുഖീകരിക്കുന്ന ഏറ്റവും വലിയ രാഷ്ട്രീയ വിഷയവും ഇത് തന്നെയാണ്. സി.പി.ഐ.(എം) 24-ാം പാർട്ടി കോൺഗ്രസ്സ് ഇന്ത്യൻ വസ്തു നിഷ്ഠ യാഥാർത്ഥ്യത്തിൽ നിന്ന് ശരിയായ കാഴ്ചപ്പാടിൽ എത്തുമെന്ന് പ്രതീക്ഷിക്കുന്നു.

ഇപ്പോൾ സി.പി.എം. ന്റെ ചില നേതാക്കൾ പറയുന്നത് ഇന്ത്യയിൽ ഇപ്പോഴും തെരഞ്ഞെടുപ്പും പ്രവർത്തന സ്വാതന്ത്ര്യവും ഉണ്ടല്ലോ എന്നാണ്. അതില്ലാതെ വരുമ്പോഴേ ഫാസിസമാകു എന്നാണ്. ഈ അവസരത്തിൽ മാർട്ടിൻ നീമോളറുടെ കവിത പ്രസക്തമാകുന്നു.

"ഒന്നാം നാളിൽ അവർ വന്നു
ചോപ്പൻമാരെ പിടിക്കാൻ
ഒന്നും മിണ്ടിയതില്ല ഞാൻ
ചോപ്പൻമാരിൽ ഞാനില്ല

രണ്ടാം നാളിൽ അവർ വന്നു
ധിക്കാരികളെ പിടിക്കാൻ
ഒന്നും മിണ്ടിയതില്ല ഞാൻ
ധിക്കാരികളിൽ ഞാനില്ല

മൂന്നാം നാളിൽ അവർ വന്നു
തൊഴിലാളികളെ പിടികൂടാൻ

ഒന്നും മിണ്ടിയതില്ല ഞാൻ
തൊഴിലാളികളിൽ ഞാനില്ല

നാലാം നാളിൽ അവർ വന്നു
ജൂതൻമാരെ പിടികൂടാൻ
ഒന്നും മിണ്ടിയതില്ല ഞാൻ
ജൂതൻമാരിൽ ഞാനില്ല

അഞ്ചാം നാളിൽ അവർ വന്നു
എന്നെ തന്നെ പിടികൂടാൻ
അന്നേക്കൊരുവരുമില്ലാതായ്
ഒന്നുരിയാടാൻ എൻ നാട്ടിൽ".

2025 ഫെബ്രുവരി 25

കമ്മ്യൂണിസ്റ്റ്കാരന്റെ നിലപാടുകൾ

ഇന്ത്യൻ വിപ്ലവ പോരാട്ടത്തിന്റെ തുടർച്ചയിലെ അനിവാര്യതയായിരുന്നു 1967 ലെ നക്സൽബാരി. ഇത് വിപ്ലവ കാലഘട്ടത്തിന്റെ ഒരു പ്രത്യേക വേർതിരുവുകൂടിയായിരുന്നു. നക്സൽബാരി കർഷക ഉയർത്തെഴുന്നേൽപ്പിനെ പീകിംഗ് റേഡിയോ "ഇന്ത്യൻ വസന്തത്തിന്റെ ഇടിമുഴക്കം" എന്ന് വിശേഷിപ്പിച്ചു. "ഇന്ത്യൻ കമ്മ്യൂണിസ്റ്റ് പാർട്ടിയുടെ ഒരു ഗ്രൂപ്പ് വിപ്ലവ പോരാട്ടത്തിലൂടെ ഒരു ചുവപ്പൻ പ്രദേശം ഇന്ത്യയിൽ സ്ഥാപിച്ചിരിക്കുന്നു". എന്നും അത് ലോകത്തെ അറിയിച്ചു. "പീപ്പിൾസ് ഡെയിലി" മുഖപ്രസംഗം എഴുതി.

സാർവദേശീയമായി ചൈനീസ് കമ്മ്യൂണിസ്റ്റ് പാർട്ടിയും സോവിയറ്റ് കമ്മ്യൂണിസ്റ്റ് പാർട്ടിയും തമ്മിലുണ്ടായ ഭിന്നിപ്പ്, ഇന്ത്യാ രാജ്യത്തെ സാമ്പത്തിക തകർച്ച, ഇന്ത്യൻ ഭരണകൂടത്തിന്റെ വർഗ്ഗസ്വഭാവം സംബന്ധിച്ച തർക്കം ഫ്യൂഡൽ കർഷക വൈരുദ്ധ്യം തുടങ്ങിയവ കൂടാതെ കമ്മ്യൂണിസ്റ്റ് പാർട്ടികളിൽ വിശേഷിച്ചും സി.പി.ഐ.(എം) നുള്ളിൽ തിരുത്തൽവാദ നേതൃത്വവും അണികളും തമ്മിലുള്ള ആശയ സമരം മൂർഛിച്ചുവന്ന ഘട്ടത്തിലാണ് നക്സൽബാരിയുടെ ഉദയം.

നക്സൽബാരിയുടെ സന്ദേശം ഇന്ത്യൻ പോരാട്ട പാരമ്പര്യം രക്തധമനികളിൽ ഒഴുകിക്കൊണ്ടിരുന്ന കർഷകരുടേയും, തൊഴിലാളികളുടേയും, ബുദ്ധിജീവികളുടേയും വിദ്യാർത്ഥികളുടേയും എല്ലാം മനസ്സിനെ തട്ടിയുണർത്തി. വിദ്യാർത്ഥികൾ പലയിടത്തും പഠനം ഉപേക്ഷിച്ചുകൊണ്ട് നക്സൽ ബാരിധാരയിൽ ചേർന്നു. അക്കൂട്ടത്തിൽ കേരളത്തിൽ നിന്നും പാലക്കാട്ടെ വിക്ടോറിയ കോളേജിലെ പഠനം ഉപേക്ഷിച്ച് വിപ്ലവ ധാരയിൽ ചേർന്നവരിൽ പ്രധാനിയാണ് സഖാവ് വി.പി. ഭാസ്കരൻ. സ.വി.പി. 1972 ലെ കോങ്ങാട് നക്സൽ ആക്രമണകേസ്സിൽ പ്രതിയായി ജീവപര്യന്തം ശിക്ഷിക്കപ്പെട്ടു. ഇന്നും വിപ്ലവ ധാരയിൽ നിലകൊള്ളുന്ന സ.വി.പി.കേരളത്തിലെ ആദ്യകാല നക്സൽ പ്രവർത്തനം മുതൽ ഇന്നേവരെയുള്ള പ്രസ്ഥാനത്തിന്റെ വളർച്ചയും, തളർച്ചയും സൈദ്ധാന്തികതയിലെ തെറ്റും ശരിയുമെല്ലാം തന്റെ അനുഭവങ്ങളിലൂടെ വിലയിരുത്തി എഴുതിയിട്ടുള്ള ലേഖനങ്ങളും ഒപ്പം രാജേഷ്.കെ എരുമേലി നടത്തിയിട്ടുള്ള അഭിമുഖവും കൂടാതെ ഇതുവരെയും മലയാളത്തിൽ പ്രസിദ്ധീകരിച്ചിട്ടില്ലാത്ത ചില ചൈനീസ് രേഖകളുമാണ് ഈ പുസ്തകത്തിന്റെ ഉള്ളടക്കം.

"യൂറോപ്പിനെ ഒരു ഭൂതം ബാധിച്ചിരിക്കുന്നു". "കമ്മ്യൂണിസം എന്ന ഭൂതം" എന്നു തുടങ്ങിക്കൊണ്ടാണ് കമ്മ്യൂണിസ്റ്റ് മാനിഫെ

സ്റ്റോ ആരംഭിക്കുന്നത്. അവസാനിക്കുന്നതാകട്ടെ "സ്വാഭിപ്രായങ്ങളും, ലക്ഷ്യങ്ങളും മൂടിവെയ്ക്കുന്നതിനെ കമ്മ്യൂണിസ്റ്റുകൾ വെറുക്കുന്നു. നിലവിലുള്ള സാമൂഹിക വ്യവസ്ഥയെ ബലം പ്രയോഗിച്ച് മറിച്ചിട്ടാൽ മാത്രമേ തങ്ങളുടെ ലക്ഷ്യങ്ങൾ നേടാനാകൂ. എന്നിവർ പരസ്യമായി പ്രഖ്യാപിക്കുന്നു. കമ്മ്യൂണിസ്റ്റ് വിപ്ലവത്തെ ഓർത്ത് ഭരണാധികാരി വർഗ്ഗം കിടിലംകൊള്ളട്ടെ. തൊഴിലാളികൾക്ക് സ്വന്തം ചങ്ങലയല്ലാതെ മറ്റൊന്നും നഷ്ടപ്പെടാനില്ല. അവർക്ക് നേടാനോ ഒരു ലോകമുണ്ടുതാനും". "സർവ്വരാജ്യതൊഴിലാളികളെ ഒന്നിക്കുവിൻ" എന്ന ആഹവാനം ചെയ്തുകൊണ്ടും.

"കമ്മ്യൂണിസം എന്ന ഭൂതത്തെ" ഓർത്ത് യൂറോപ്യൻ ബൂർഷ്വാസി എങ്ങനെ ഞെട്ടിയോ അതേപ്പോലെതന്നെയായിരുന്നു ബലപ്രയോഗത്തിലൂടെ നക്സൽബാരിയുടെചുവപ്പൻ കർഷക ഉയർത്തെഴുന്നേൽപ്പിനെ കണ്ട് ഇന്ത്യൻ ഭരണവർഗ്ഗവും ഞെട്ടിയത്. ഏറെതാമസ്സിക്കാതെ നക്സൽബാരി അടിച്ചമർത്തപ്പെട്ടു. അടിച്ചമർത്തിയതാകട്ടെ, തങ്ങൾ അധികാരത്തിൽ വന്നാൽ ഭരണത്തോടൊപ്പം സമരത്തേയും വളർത്തുമെന്ന് പ്രഖ്യാപിച്ച സി.പി.ഐ.(എം) ഉൾപ്പെട്ട ബംഗാൾ ഗവൺമെന്റും. ഇതോടെ സി.പി.ഐ. (എം) ന്റെ തിരുത്തൽ വാദ നയം തുറന്നു കാട്ടപ്പെട്ടു. അവിഭക്ത കമ്മ്യൂണിസ്റ്റ് പാർട്ടിക്കുള്ളിലെ തിരുത്തൽ വാദത്തിനെതിരെ പൊരുതി രൂപം കൊണ്ടതാണ് സി.പി.ഐ.(എം). എന്നാൽ അത് പെട്ടന്ന് തന്നെ സാർവ്വ ദേശീയമായി വിഭജിക്കപ്പെട്ട സോവിയറ്റ് തിരുത്തൽവാദത്തിനും ചൈനീസ് വിപ്ലവ പാതയ്ക്കും ഇടയിൽ മദ്ധ്യവർത്തി ലൈൻ സ്വീകരിക്കുകയാണ് ഉണ്ടായത്. സോവിയറ്റ് യൂണിയന്റെ തകർച്ചയോടെ തിരുത്തൽവാദത്തിന്റേതായ സി.പി.എം. ന്റെ ഈ മദ്ധ്യവർത്തി ലൈൻ തെറ്റായിരുന്നു എന്ന് തെളിഞ്ഞു.

മാത്രമല്ല അവിഭക്ത കമ്മ്യൂണിസ്റ്റ് പാർട്ടി ഭിന്നിക്കുമ്പോൾ സി.പി.ഐ., സി.പി.ഐ (എം) പാർട്ടികൾ എവിടെയൊക്കെ ഉണ്ടായിരുന്നോ അവിടെ നിന്നും മറ്റ് സംസ്ഥാനങ്ങളിലേക്ക് ഈ പാർട്ടികൾ വളർന്നില്ല. തുടർച്ചയായി അധികാരത്തിൽ വന്ന ബംഗാൾ, ത്രിപുര ഭരണം നഷ്ടപ്പെട്ട് പാർട്ടികൾ ഛിന്നഭിന്നമാവുകയും ചെയ്തു. കേരളത്തിലെ ഇടതു പക്ഷ ജനാധിപത്യ മുന്നണി ഗവൺമെന്റുകളാകട്ടെ കൂടുതലായി പുത്തൻ സാമ്പത്തിക നയത്തിന് കീഴ്പ്പെടുകയും ചെയ്തു. അതായത് സി.പി.ഐ., സി.പി.ഐ(എം) പാർട്ടികൾക്ക് ഇന്ത്യൻ ജനതയുടെ വിമോചനത്തിനായി ഒരു മാതൃക സൃഷ്ടിക്കാൻ ഇതുവരേയും കഴിഞ്ഞിട്ടില്ലായെന്നർത്ഥം.

എന്നാൽ നക്സൽബാരി അടിച്ചമർത്തപ്പെട്ടെങ്കിലും അത് അവിടെ നിന്നും മറ്റ് സംസ്ഥാനങ്ങളിലേക്ക് പടർന്നു. ബീഹാറിൽ

സി.പി.ഐ. (എം.എൽ) ലിബറേഷൻ 12 എം.എൽ.എ.മാരെ വിജയിപ്പിക്കത്തവിധത്തിൽ അതിന്റെ ബഹുജനാടിത്തറ വികസിപ്പിക്കുകയും ചെയ്തു. ഇതാകട്ടെ സമരത്തെ ഒന്നാമതായി കണ്ടുകൊണ്ട് തിരഞ്ഞെടുപ്പിനെ അതിന് കീഴ്പ്പെടുത്തികൊണ്ടുള്ള നയം സ്വീകരിച്ചുകൊണ്ടാണ്. സി.പി.ഐ, സി.പി.ഐ (എം) പാർട്ടികളാകട്ടെ ഭരണത്തെ ഒന്നാമതായി കാണുന്നു. സമരം ഉൾപ്പെടെ മറ്റെല്ലാം ഭരണത്തിന് കീഴ്പ്പെടുത്തി നിർത്തുന്ന നയം ഇന്നും തുടരുന്നു. സാമൂഹ്യ മാറ്റത്തിനായുള്ള മാർക്സിസ്റ്റ് തത്വശാസ്ത്രത്തിന്റെ അടിസ്ഥാന തത്വം സമരമാണ്. സമരത്തെ ഒഴിവാക്കുകയോ അതല്ലെങ്കിൽ പ്രാധാന്യം നൽകാതിരിക്കുകയോ ചെയ്യുന്ന പക്ഷം അതൊരു കമ്മ്യൂണിസ്റ്റ് പാർട്ടി അല്ലാതായി തീരും.

ഫാസിസത്തിനെതിരെ ഐക്യമുന്നണി രൂപീകരിക്കുന്നതിൽ ബീഹാർ ഇന്നോരു മാതൃകയാണ്. ബി.ജെ.പി.ക്കെതിരെ നിയമസഭയിലെ മുഴുവൻ പ്രതിപക്ഷ പാർട്ടികളും ഒന്നിച്ചിരിക്കുന്നു. ഇതിൽ ഇടതുപക്ഷത്തിന്റെ മുഖ്യ പങ്കാളിത്തം സി.പി.ഐ. (എം.എൽ) ലിബറേഷൻ വഹിക്കുന്ന വർത്തമാനകാല രാഷ്ട്രീയ പരിതസ്ഥിതിയിലാണ് സഖാവ് വി.പി.ഭാസ്കരന്റെ പുസ്തകം പ്രസിദ്ധീകരിക്കുന്നത്. കേരളത്തിൽ തിരുത്തൽ വാദത്തിനെതിരായ ആശയ സമരത്തിന് നേതൃത്വം കൊടുത്തതിൽ പ്രധാനി സ.കുന്നിക്കൽ നാരായണനാണ്.സ.കുന്നിക്കൽ മാവോചിന്ത പ്രചരിപ്പിക്കുകയും സോവിയറ്റ് തിരുത്തൽ വാദത്തിനെതിരെ "ചൈനീസ്പാത നമ്മുടെപാത" "ചൈനീസ് ചെയർമാൻ നമ്മുടെ ചെയർമാൻ" തുടങ്ങിയ ആശയ പ്രചരണങ്ങൾ നടത്തിക്കൊണ്ട് ഒരു വിപ്ലവ പാതക്കായി നിലകൊണ്ടു. ഒപ്പം വിമോചിത മേഖലയ്ക്കായി തലശ്ശേരി ആക്ഷൻ നടത്തുകയും ചെയ്തു.

കേരളത്തിലെ ഈ ആദ്യ നക്സൽ ആക്ഷനെ സംബന്ധിച്ച് അതിന്റെ 50-ാം വാർഷികത്തിൽ സ.വി.പി.ഭാസ്കരൻ നടത്തിയ ഒരു പ്രസംഗം പുസ്തകത്തിൽ കൊടുത്തിട്ടുണ്ട്. തലശ്ശേരി പുൽപ്പള്ളിയുടെ നല്ലവശം കാണുന്നതൊടൊപ്പം അതിന്റെ തെറ്റ് വശമായ "കർഷകരുടെ വിപ്ലവശേഷിയെ" കെട്ടഴിച്ചുവിട്ടുകൊണ്ട് ആഭ്യന്തര ശത്രുക്കൾക്കെതിരെ വിപ്ലവം നടത്തുകയെന്ന പ്രധാന ധാരയിൽ നിന്നും സ.കുന്നിക്കൽ അകന്നതിനെ വിമർശിക്കുകയും ചെയ്യുന്നു.

തലശ്ശേരിസംഭവത്തിൽ വളർന്നുവന്നൊരു നേതാവാണ് സ.എ .വർഗ്ഗീസ്. തലശ്ശേരിക്കുശേഷം തിരുനെല്ലിയിൽ സ.വർഗ്ഗീസ് പ്രവർത്തനം കേന്ദ്രീകരിച്ചു. കോരിച്ചൊരിയുന്ന മഴയത്തും കോച്ചി വിറയ്ക്കുന്ന മഞ്ഞത്തും പ്രഭാതം മുതൽ പ്രദോഷംവരെ പണിയെടുക്കുന്ന കർഷകരുടെ മേലുള്ള ജന്മിത്ത മാടമ്പിമാരുടെ ചൂഷണവും

മർദ്ദനവും സ്ത്രീകളുടെ മേലുള്ള മാനഭംഗപ്പെടുത്തലും അവസാനിപ്പിക്കാൻ പോരാടിക്കൊണ്ട് ഒരു വിപ്ലവബഹുജന ലൈൻ സഖാവ് വളർത്തി. ഇത് കേരളത്തിലെ മറ്റ് നക്സൽ ആക്ഷനുകളിൽ നിന്നും വ്യത്യസ്തമായി നിലകൊള്ളുന്നു.

1972-ൽ സ.ചാരുമജുംദാറിന്റെ രക്തസാക്ഷിത്വവും ഭരണവർഗ്ഗത്തിന്റെ അടിച്ചമർത്തത്താലും സി.പി.ഐ.(എം.എൽ) അഖിലേന്ത്യാടിസ്ഥാനത്തിൽ ഛിന്നഭിന്നമായി. എന്നാൽ ശിരിയായതും പുരോമനപരവുമായ ഒരാശയത്തെ എത്രടിച്ചമർത്തിയാലും അത് ഭൗതിക ശക്തിയായി പൂർവ്വാധികം ശക്തിയോടെ മുന്നേറുമെന്ന് മാർക്സ്യൻ വൈരുദ്ധ്യശാസ്ത്രം നമ്മെ പഠിപ്പിക്കുന്നു. തിരിച്ചടിയിൽ നിന്നും പാഠങ്ങൾഉൾക്കൊണ്ടുകൊണ്ട് സി.പി.ഐ (എം.എൽ) ന്റെ കേന്ദ്ര നേതൃത്വം പാർട്ടി പുനഃസംഘടിപ്പിക്കുകയും ബീഹാറിലെ ഭോജപ്പൂരിൽ കർഷക ഉയർത്തെഴുന്നേൽപ്പിന് നേതൃത്വം നൽകുകയും ചെയ്തു. ഇന്ത്യൻ വിപ്ലവകാരികളിൽ ആവേശം നൽകിയ ഇതിന്റെ സന്ദേശം കേരളത്തിലുമെത്തി. എന്നാൽ സ.വി.പി. ഭാസ്കരനെപ്പോലുള്ള ചിലജയിൽ സഖാക്കൾക്കുമാത്രമേ ഇതിനെ ഉൾക്കൊള്ളാൻ കഴിഞ്ഞുള്ളു

ഇങ്ങനെ ഉൾക്കൊള്ളാൻ കഴിയാതിരുന്നതുൾപ്പെടെ കേരളത്തിൽ വിപ്ലവ പ്രസ്ഥാനം വളരാതിരുന്നതിന്റെ കാരണം സഖാവ് വി. പി. പുസ്തകത്തിൽ പറയുന്നു." കേരളത്തിലെ വിപ്ലവ പ്രസ്ഥാനം അപ്പാടെ കെ.വേണുവിനെ ആരാധനയോടെ കണ്ടിരുന്നതിനാലാണ്. കൂടാതെ കെ.വേണുവിന്റെ " വിപ്ലവത്തിന്റെ ദാർശനിക പ്രശ്നങ്ങൾ എന്ന പുസ്തകം അണികൾ വേദപുസ്തകംപോലെ കണ്ടിരുന്നതിനാലുമാണ് " ഈ വിപ്ലവത്തിന്റെ ദാർശനിക പ്രശ്നങ്ങൾ എന്ന പുസ്തകമാകട്ടെ അടിസ്ഥാനപരമായി മാർക്സ്യൻ പ്രത്യേയശാസ്ത്ര, വൈരുദ്ധ്യശാസ്ത്രവിരുദ്ധമായിരുന്നു. ഇതിനെ തുറന്നുകാണിച്ചുകൊണ്ട് സ. വി.പി. ഭാസ്കരനും സ. രാധാകൃഷ്ണനും കൂടി ജയിലിൽവെച്ചെഴുതിയ "സ്വാതന്ത്ര്യം, മിഥ്യയും സത്യവും" എന്ന വിമർശന പ്രബന്ധം മലയാളത്തിലെ വൈരുദ്ധ്യ ശാസ്ത്ര പുസ്തകങ്ങളിൽ പ്രധാനപ്പെട്ട ഒന്നായി കണക്കാക്കുന്നു. ഇന്നിപ്പോൾ മാർക്സിസം കെ.വേണുവിനെത്തന്നെ ഇല്ലാതാക്കി.

സി.പി.ഐ (എം.എൽ) ലിബറേഷൻ അഖിലേന്ത്യാടിസ്ഥാനത്തിൽത്തന്നെ കെ.വേണുവിനെപ്പോലുള്ള എല്ലാവിധ തിരുത്തൽവാദ വിഘടനവാദ തകർക്കൽവാദ ശക്തികൾക്കുമെതിരെ ശക്തമായ ആശയ സമരം നടത്തിപ്പോന്നു. ഒപ്പം പാർട്ടി അതിന്റെ തെറ്റു തിരുത്തൽ പ്രക്രിയയിലൂടെ "ഉന്മൂലനം എല്ലാ പ്രശ്നങ്ങൾക്കും ഉള്ള ഒറ്റമൂലി" എന്ന തെറ്റ് തിരിച്ചറിഞ്ഞ് അതിനെ തിരുത്തിക്കൊണ്ട്

ബഹുജന സംഘടന കെട്ടിപ്പെടുത്തു തുടങ്ങി. തെരഞ്ഞെടുപ്പ് ബഹിഷ്കരിക്കുക എന്ന നയം തിരുത്തികൊണ്ട് പാർലമെന്ററി സമരത്തേയും, പാർലമെന്ററി മാർഗ്ഗത്തേയും വേർതിരിച്ചുകൊണ്ട് പാർലമെന്ററി സമരരീതി സ്വീകരിച്ചു. "ചൈനീസ് പാത നമ്മുടെപാത" "ചൈനീസ് ചെയർമാൻ നമ്മുടെ ചെയർമാൻ " എന്ന മുദ്രാവാക്യം ഉപേക്ഷിച്ചു. (ഈ തെറ്റ് ഇന്ത്യയിൽ നിന്നുള്ള സൗരൻബോസും സംഘവുമായുള്ള ചർച്ചയിൽ ചൈനീസ് നേതാവായ ചൗവ്വല്ലായും സംഘവും 1970 ൽ തന്നെ ചൂണ്ടി കാണിച്ചിട്ടുള്ളതാണ്.) ഇതൊടെ പാർട്ടിയുടെ വിദേശാശ്രിതത്വ ആശയം അവസാനിച്ചു. ഇതുമൂലം ഇന്ത്യൻ വസ്തുനിഷ്ഠ സാഹചര്യത്തിൽ ഇന്ത്യൻ വിപ്ലവകാരികളുടെ തലച്ചോറ് ഉപയോഗിക്കുവാൻ തുടങ്ങി.ലോകത്ത് നിന്നുകൊണ്ട് ഇന്ത്യയെ കാണുന്നതിന് പകരം ഇന്ത്യയിൽ നിന്നുകൊണ്ട് ലോകത്തെ കാണുവാൻ പഠിച്ചു. ഓരോ പ്രദേശത്തും വളർന്നുവരുന്ന സമരങ്ങളെ കേന്ദ്ര മുദ്രാവാക്യവുമായി കണ്ണിചേർക്കാനും കേന്ദ്ര പൊതു മുദ്രാവാക്യത്തെ ഓരോ പ്രദേശത്തിന്റെയും പ്രത്യേകതയിൽ സമന്വയിപ്പിക്കാനും തുടങ്ങി. ഈ നിലയിലെല്ലാം സി.പി.ഐ. (എം.എൽ.) ലിബറേഷൻ അതിന്റെ തെറ്റുകൾ തിരുത്തികൊണ്ട് പ്രയോഗത്തിലൂടെ വിജ്ഞാന സമ്പത്ത് വർദ്ധിപ്പിച്ചുകൊണ്ട് ഓജസ്സുള്ളതും വളർച്ച പ്രാപിക്കുന്നതുമായ ഒരു പാർട്ടിയായി മാറി.

ഈ വളർച്ചയെ കാണാതെ ബൂർഷ്വാ പണ്ഢിതൻമാർ ഇന്ത്യയിൽ എന്നല്ല ലോകത്തു തന്നെ മാർക്സിസം തകർന്നെന്ന് പ്രചരിപ്പിക്കുന്നു. ഇതിന് സ.വി.പി. പുസ്തകത്തിൽ കമ്മ്യൂണിസ്റ്റ് ആചാര്യന്മാർ തന്നെ നടത്തിയ പ്രത്യശാസ്ത്ര സമരത്തെപ്പറ്റിയും പ്രത്യയശാസ്ത്രം എങ്ങനെയാണ് വളരുന്നതെന്നും ചൂണ്ടി കാണിക്കുന്നുണ്ട്.

പുസ്തകത്തിൽ ചൈനീസ് വിഷയങ്ങളും പ്രതിപാദിക്കുന്നു. ചൈനീസ് സോഷ്യലിസവും, രാഷ്ട്രീയവും കമ്മ്യൂണിസ്റ്റുകൾക്കിടയിൽ മാത്രമല്ല പുറത്തും എന്നും ചർച്ചാവിഷയമാണ്. ഒന്ന് വ്യക്തമാണ്. തൊഴിലാളി വർഗ്ഗ സർവ്വാധതിപത്യം സ്ഥാപിച്ചാലും സോഷ്യലിസം വരില്ലന്ന് സോവിയറ്റ് പതനം നമ്മെ പഠിപ്പിക്കുന്നു. സോഷ്യലിസത്തിൽ ഉത്പാദനവും, ഉത്പ്പാദന ശക്തികളും വളരണം.അങ്ങനെ വളരുന്നില്ലങ്കിൽ സോഷ്യലിസം കൊണ്ട് എന്ത് പ്രയോജനം. കാറൽ മാർക്സ് പ്രാകൃതാവസ്ഥയിലെ സോഷ്യലിസവും കമ്മ്യൂണസവും അല്ല വിഭാവനം ചെയ്തിട്ടുള്ളത്. സോഷ്യലിസത്തിൽ ഉൽപ്പാദനവും ഉൽപ്പാദന ശക്തികളും വളർന്നാലും ഒരു പക്ഷേ സോഷ്യലിസം നിലനിൽക്കണമെന്നില്ല. അത് മുതലാളിത്ത വളർച്ച യേക്കാൾ കൂടുതൽ വളരണം. എങ്കിലേ നിലനിൽപ്പുണ്ടാവുകയുള്ളൂ. സോവിയറ്റ് തിരുത്തൽ വാദവും ഉദ്യോഗസ്ഥ മേധാവിത്വവും സോഷ്യലിസ്റ്റ് വളർച്ചയ്ക്ക് വിഘാതമായി. അത്

തകരുകയും ചെയ്തു.

ചൈനയിൽ 1949 ൽ പുത്തൻ ജനാധിപത്യ വിപ്ലവത്തിലൂടെ കമ്മ്യൂണിസ്റ്റു പാർട്ടി അധികാരത്തിൽ വന്നതിനുശേഷം വർഗ്ഗ സമരത്തിന് പ്രാധാന്യം നൽകിയത് ഉത്പ്പാദന വളർച്ചയ്ക്ക് തടസ്സ മായി എന്നവർ വിലയിരുത്തുന്നു. ഇതു പരിഹരിച്ച് ഉത്പാദനവും ഉത്പാദന ശക്തികളുടെ വളർച്ചയ്ക്കുമായി ലോകത്തിലെ തന്നെ ഒന്നാമത്തെ രാജ്യമായി മാറുന്നതിനായി തുറന്ന ലോകത്ത് മുതലാളി ത്വവുമായി അവർ സഹവർത്തിക്കുന്നു. മുതലാളിത്തത്തിൽ നിന്നും അവർ പഠിക്കാൻ ശ്രമിക്കുന്നു. ചൈനീസ് സവിശേഷതയോടുകൂ ടിയ സോഷ്യലിസമാണ് ലക്ഷ്യമെന്ന് അവർ വ്യക്തമാക്കുന്നു. എങ്കി ൽക്കൂടി ചൈനയുടെ മുതലാളിത്ത സഹകരണം ചൈനീസ് സോഷ്യ ലിസ്റ്റ് സംമ്പത്ത്ഘടനയിൽ ഒരു മുതലാളിത്ത മാർക്കറ്റ് ഇക്കണോ മിയെ കൊണ്ടുവരാൻ ഇടവരുത്തുമോ എന്ന് പലരും ശങ്കിക്കുന്നു. നമുക്ക് പഠിക്കാം. എന്നാൽ ഒരു ചെറു വിപ്ലവംപോലും നടത്തി വി ജയിപ്പിക്കാൻ കഴിയാത്ത നമുക്ക് ചൈനയെ എങ്ങനെ വിമർശി ക്കാനും ഉപദേശിക്കാനും കഴിയും. സ.വി.പി. പറയുന്നതു പോലെ നമുക്ക് ശ്രദ്ധിച്ചുകൊണ്ടിരിക്കാം.

രാഷ്ട്രീയമെന്നതുപോലെ ശബരിമല യുവതി പ്രവേശന വിരു ദ്ധസമരവും അതിനെ ന്യായികരിച്ചുകൊണ്ടുള്ള സി.ആർ.പരമേശ്വ രന്റെ ലേഖനത്തിന് സ.വി.പി. മറുപടി പറയുന്നു. ഇതിൽ സ.വി.പി. ശബരിമല യുവതീ പ്രവേശനത്തിന് പിൻതുണയ്ക്കുമ്പോൾ തന്നെ യുവതി പ്രവേശത്തിന് അനുകൂലമായി നിന്ന ഇടതുഗവൺമെന്റ് സമരത്തിൽ ആടി കളിച്ചതിനേയും തുറന്നു കാട്ടുന്നു. അതോടൊ പ്പം ശബരിമല വിഷയത്തിൽ എല്ലാ മാർക്സിസ്റ്റ് വിരുദ്ധ വലതുപ ക്ഷ ശക്തികളും ഇടതുപക്ഷ ഗവൺമെന്റിനെതിരെ നിലകൊണ്ട തിനെയും വിമർശിക്കുന്നു.

മതവും വർഗ്ഗീയതയും കോർപ്പറേറ്റുകളും ഒന്നു ചേർന്ന് ഇന്ത്യ യിൽ ഫാസിസ്റ്റ് രൂപം ധരിച്ചിരിക്കുന്നതിനെപ്പറ്റിയും സാർവ്വദേശീ യമായി കമ്മ്യൂണിസ്റ്റ് പാർട്ടികളുടെ വളർച്ചയും ആശയ സമരവും ചൈനീസ് കമ്മ്യൂണിസ്റ്റ് പാർട്ടിയെപ്പറ്റിയും നക്സലിസത്തിന്റെ വള ർച്ചയും എല്ലാം പ്രതിപാദിക്കുന്നതാണീ പുസ്തകം "എന്റെ കിനാ ക്കൾക്ക് ഇപ്പോഴും ചുവപ്പു നിറം" എന്ന് വ്യക്തമാക്കിക്കൊണ്ട് സി. പി.ഐ (എം.എൽ) ലിബറേഷൻ നേതാവുകൂടിയായ സ.വി.പി. ഭാ സ്കരന്റെ ഈ പുസ്തകം രാഷ്ട്രീയ വിദ്യാർത്ഥികൾക്ക് വളരെ പ്ര യോജനകരമായ ഒന്നാണ്.

സി.പി.ഐ(എം.എൽ) ലിബറേഷൻ നേതാവ് സ.വി.പി. ഭാസ്കരന്റെ അകം പുറം പുസ്തകത്തിന് എഴുതിയ അവതാരിക